പുതിയ പത്രോസ്

stories
puthiya pathros

•

brinda

•

first edition
may 2018

•

typesetting & published
chintha publishers, thiruvananthapuram

•

cover
cover story

വിതരണം

ദേശാഭിമാനി ബുക്ക് ഹൗസ്

H O തിരുവനന്തപുരം-695 035
phone: 0471-2303026, 6063026
www.chinthapublishers.com
chinthapublishers@gmail.com

ബ്രാഞ്ചുകൾ

ഹെഡ്ഡാഫീസ് ബ്രാഞ്ച് കുന്നുകുഴി • സ്റ്റാച്യു തിരുവനന്തപുരം • കെ എസ് ആർ ടി സി ബസ് സ്റ്റേഷൻ ആലപ്പുഴ • കെ എസ് ആർ ടി സി ബസ് സ്റ്റേഷൻ എറണാകുളം • ഐ ജി റോഡ് കോഴിക്കോട് • മാവൂർ റോഡ് കോഴിക്കോട് • എൻ ജി ഒ യൂണിയൻ ബിൽഡിങ് കണ്ണൂർ • സെൻട്രൽ ബസ് ടെർമിനൽ കോംപ്ലക്സ് താവക്കര കണ്ണൂർ

CO - 2861 / 4647
ISBN - 978-93-87842-33-5

പുതിയ പത്രോസ്

ബൃന്ദ

ചിന്ത പബ്ലിഷേഴ്സ്
തിരുവനന്തപുരം-695 035

ബൃന്ദ

കൊല്ലം ജില്ലയിലെ പുനലൂർ സ്വദേശം. കവിയും കഥാകാരിയും. *തീക്കുപ്പായം, പ്രണയജാലകം, രഹസ്യസമ്മാനങ്ങൾ, അവൻ പൂമ്പാറ്റകളുടെ തോട്ടത്തിലേക്ക് ചിറകുവിടർത്തുന്നു* (കവിതാ സമാഹാരങ്ങൾ), *ലിപ്‌ലോക്ക്* (ദീർഘകവിത) *വായിച്ചെടുക്കാൻ കഴിയാത്തത്, ഡ്രാക്കുള പ്രണയിക്കുന്നു* (കഥകൾ), *ഓർമ്മയുടെ മുനമ്പങ്ങൾ* (ലേഖനങ്ങൾ), *എ അയ്യപ്പൻ നരകത്തിന്റെ വിശുദ്ധകവിത* (ഓർമ്മ), *ഡയലോഗ്* (അഭിമുഖങ്ങൾ), എന്നിവയാണ് പുസ്തകങ്ങൾ. വിശ്വമലയാള സമ്മേളനത്തിൽ സംസ്ഥാന ബാലസാഹിത്യ ഇൻസ്റ്റിറ്റ്യൂട്ട് പുസ്തക പുരസ്കാരം, മലയാറ്റൂർ പ്രൈസ്, ജേസി ഫൗണ്ടേഷൻ അവാർഡ്, പായൽ ബുക്സ് കവിതാ പുരസ്കാരം, പച്ച മഷി അവാർഡ്, ബാലാമണിയമ്മ കവിതാ അവാർഡ്, പ്രചോദ കഥാ പുരസ്കാരം, കൈരളി കൾച്ചറൽ സൊസൈറ്റി അവാർഡ്, മിനിമോൾ മെമ്മോറിയൽ ട്രസ്റ്റ് സാഹിത്യ പുരസ്കാരം വി ബാലചന്ദ്രൻ സ്മാരക പുരസ്കാരം, തോംസിയൻ ലിറ്റററി അവാർഡ് എന്നിവ ലഭിച്ചിട്ടുണ്ട്.

വിലാസം : ജൂനാമഹൽ,
പ്ലാച്ചേരി പി.ഒ.,
പുനലൂർ 691331

ഫോൺ : 9847069755

ഇമെയിൽ: brindapunalur@gmail.com

ഉള്ളടക്കം

പ്രസാധകക്കുറിപ്പ്

ബൃന്ദ കഥ പറയുകയാണ്. നിസ്സാരവും എന്നാൽ ആരും കണ്ടിട്ടില്ലെന്നു തോന്നുന്നതും ആഴങ്ങളിൽ ഒളിച്ചിരിക്കുന്നതും മണ്ണിന്റെ ജീവൻ കണ്ടെത്തുന്നതുപോലെ പുതിയലോകം തെളിച്ചുവരയ്ക്കുന്നതുമായ മൗലികമായ കഥകൾ. ഓരോ വാചകവും മറ്റാരോ പറഞ്ഞുതന്ന് അതിന്റെ വഴികളിലൂടെ പാഞ്ഞുകയറുന്ന മഹായാത്രകളാവുന്നു. സകലതിനോടും നിർമ്മമമായ ഒരനുതാപം സൃഷ്ടിക്കുവാനും അതിനെ സ്വീകരിക്കാനുമാവുന്ന ഒരു പെൺമനസ്സിൽ നിന്നു മാത്രം കാണുന്ന ശാന്തതയാണ് ബൃന്ദയുടെ ഓരോ കഥകളിലും കാണുന്നത്. നിരന്തരമായി ചോദ്യങ്ങൾ ചോദിച്ചു കൊണ്ടേയിരിക്കുന്ന ഒരു മനസ്സാണ് ബൃന്ദയുടേത്. അതിന്റെ ഉത്തരങ്ങൾക്കായുള്ള അദൃശ്യമായ ഒഴുക്കാണ് ഓരോ വരികളും.

ജീവിതംപോലെ, സ്വപ്നംപോലെ, കടന്നുപോകുന്ന കഥകളുടെ ഈ സമാഹാരം അഭിമാനത്തോടെ ഞങ്ങൾ പ്രസിദ്ധീകരിക്കുന്നു.

ചിന്ത പബ്ലിഷേഴ്സ്

കഥയിലൂടെ

കഥകളുടെ കഥയാണ് ഓരോ മനുഷ്യനും. കാണാക്കഥകളും കേൾക്കാകഥകളും ഉള്ളിലെ കഥപ്പെട്ടിയിൽ പൂട്ടിവച്ച് കണ്ണടച്ച് കഥയില്ലാ മനുഷ്യരെന്ന് ചിലപ്പോഴെങ്കിലും നമ്മൾ. പത്രോസും, ചെട്ടിയും, ജോസഫും, ടെഡിയും, ചിത്രഗുപ്തനും, ഇഷ്ടപുരുഷനും ഒക്കെ ജീവിതത്തിന്റെയും സ്വപ്നത്തിന്റെയും സൂര്യരശ്മികൾ ഏറ്റിട്ടുള്ളവരാണ്. നിഴലും മാംസവുമായി അവർ കഥയിലും ജീവിതത്തിലും മറഞ്ഞും തെളിഞ്ഞും നടന്നുപോകുകയും മറഞ്ഞു പോകുകയും ആകുന്നു. അതുകൊണ്ട് തന്നെ ഈ കഥകളിൽ ചിലപ്പോഴെങ്കിലും ഞാനും ഒരു കഥാപാത്രമാകുന്നു. ഇപ്പോൾ ഇത് വായിക്കുന്ന നിങ്ങളും. ഒരു കഥയിൽനിന്നും മാറിനില്ക്കാൻ ആർക്കും സാദ്ധ്യമാകില്ല. നമ്മൾ അറിയാതെ നമ്മിലൂടെ കഥകളിങ്ങനെ കടന്നുപൊയ്ക്കൊണ്ടിരിക്കുന്നു. ജീവിതംപോലെ... സ്വപ്നംപോലെ...

ബൃന്ദ

പ്രണയത്തിന്റെ ശേഷപത്രം: ഒന്ന് ജനിക്കാൻ എന്നെ ഞാൻ പണ്ടേ പണയപ്പെടുത്തിയതാണ്

മധുപാൽ

കഥപറയുന്ന കാഴ്ചയാണിത്. നിസ്സാരവും എന്നാൽ ആരും കണ്ടിട്ടില്ലെന്നു തോന്നുന്നതും ഒളിച്ചിരിക്കുന്നതും ചിലപ്പോൾ ഒരു മഹാവൃക്ഷത്തിന്റെ വേരിന്റെ ആഴങ്ങൾക്കുള്ളിൽനിന്നും മണ്ണിന്റെ ജീവൻ കണ്ടെത്തുന്നതുപോലെ പുതിയലോകം തെളിച്ചുവരയ്ക്കുന്ന അത്ഭുതങ്ങൾ കാണിക്കുന്ന കഥനരീതി. ഓരോ കാഴ്ച പറഞ്ഞുതരാനും ബൃന്ദയ്ക്ക് ആരൊക്കെയോ കൂട്ടുണ്ട്. ഓരോ വാചകവും മറ്റാരോ പറഞ്ഞുതന്ന്, അല്ലെങ്കിൽ കേൾപ്പിച്ചിട്ട് അതിന്റെ വഴികളിലൂടെ ചാഞ്ഞുകയറുന്ന മഹായാത്രകളാവുന്നത്, കാഴ്ചയും കേൾവിയും വർത്തമാനവും ബൃന്ദയുടെ മനസ്സിന്റെ അനന്തഭൂഖണ്ഡങ്ങൾ നിരന്തരം മഹാപ്രപഞ്ചമാക്കുന്ന വിദ്യയാണ്. ഇനിയും തെളിഞ്ഞിട്ടില്ലാത്ത കണ്ടെത്തിയിട്ടില്ലാത്ത വനങ്ങളുടെ കാഴ്ചകൾ. അപരിചിതമായ ഏതോ ഇടുക്കുകളിലൂടെ വന്യവും അഗാധവുമായ കയറ്റിറക്കങ്ങളിലൂടെയാണ് ബൃന്ദയുടെ സഞ്ചാരം. ചിലപ്പോൾ അത് ശലോമോന്റെ ഉത്തമഗീതമാവും ചിലപ്പോൾ അത് ജയദേവകീർത്തനമാവും, മറ്റുചിലപ്പോൾ അക്ഷരങ്ങളുടെ അടരുകളിലൂടെ മനസ്സർപ്പിക്കുമ്പോൾ ഉപനിഷത്ത് വാക്യങ്ങളുമാവും. മലയാള സാഹിത്യലോകത്ത് അനേകം വാക്കുകൾകൊണ്ട് ഓരോ എഴുത്തുകാരനും സ്വന്തമായ ലോകം സൃഷ്ടിക്കുമ്പോൾ ആ ലോകങ്ങളിലെല്ലാം പലരും കടന്നുകയറി സംവദിക്കുമ്പോൾ എല്ലാവർക്കും അവരവരുടേതായ സ്വകാര്യത സൂക്ഷിക്കാനാവുമ്പോൾ ബൃന്ദ തനിക്കുമാത്രം പ്രഖ്യാപിക്കാനറിയുന്ന ഒരു പെൺ മനസ്സിന്റെ, മുമ്പൊരിക്കലും മറ്റാരും കണ്ടിട്ടും എഴുതിയിട്ടുമില്ലാത്ത വാക്കുകളുടെ അന്യപ്രപഞ്ചം നിർമ്മിക്കുന്നു.

ഒരെഴുത്തുകാരി ആണുങ്ങളെ കാണുന്നതെങ്ങനെയാണെന്നും അല്ലെങ്കിൽ ഒരു സ്ത്രീയുടെ മനസ്സിലെ പുരുഷരൂപത്തിന്റെ നിർമ്മാണം

സംഭവിക്കുന്നതെങ്ങനെയെന്നും പലപ്പോഴും ഓർക്കാറുണ്ട്. ആൺ മനസ്സിൽ സ്ത്രീരൂപങ്ങൾ കാണുന്നത് ശരീരത്തിന്റെ വളവൊടികളുടെ അനുഷ്ഠാനപ്രക്രിയ ആവുന്നു. എത്രമാത്രം മൂടിവച്ചാലും ആൺകണ്ണുകൾ അവയെ കണ്ടെത്തും, മനസ്സിൽ അനാവൃതമാക്കി ശയ്യയിലെത്തിക്കും. എന്നാൽ ബൃന്ദ ആൺരൂപങ്ങൾ കാണുന്നതും എഴുതുന്നതും ബാഹ്യവും ആന്തരികവുമായ ഒരു ചിത്രരചനയാകുന്നു. പുരുഷമനസ്സിൽ എല്ലാ സ്ത്രീരൂപങ്ങളും ഒരേ അളവുകളിൽ കണക്കെടുക്കുമ്പോൾ ബൃന്ദയുടെ പുരുഷരൂപങ്ങളെല്ലാം വെറും നിർമ്മിതികൾ മാത്രമല്ലെന്നും അവർ ഓരോരുത്തരും മറ്റൊന്നിൽനിന്നും വ്യത്യസ്തവും ഒന്നിന്റെ തുടർച്ചയല്ലാതെയുമാകുന്നു.

*പുതിയപത്രോസി*ലെ എലിപത്രോസിനെ വരയ്ക്കുമ്പോൾ ചില നേർത്ത സ്ട്രോക്കുകളേകി സൗന്ദര്യത്തിന്റെ നിറം ചേർക്കുന്നു. പാതിരിപത്രോസിൽ മനസ്സിന്റെ സംഘർഷഭരിതമായ ആഴങ്ങളിലെ ഇരുട്ടും അത്യുന്നതിയിലെ അത്ഭുതങ്ങളും ചേർക്കുന്നു. നിരന്തരം ഇരുണ്ട തുരങ്കത്തിലൂടെ ഓടുന്ന മനുഷ്യജീവിതം എഴുതുന്നു. മനസ്സിനെ മായ്ച്ചുകളയാനായി പിന്തുടരുന്ന അദൃശ്യരൂപങ്ങളിൽനിന്നും രക്ഷനേടാനുള്ള ഓട്ടത്തിന്റെ അനന്തമായ വേഗത്തിൽ ഒളിയിടങ്ങളന്വേഷിക്കുന്ന ഭീതി കാണുന്നു. മനുഷ്യൻ ഒരു തുരങ്കമാകുന്നു. നിരന്തരം തുരന്നും ആവശ്യവും അനാവശ്യവുമറിയാതെ കാണുന്നതിലെല്ലാം തൊട്ടും പിടിച്ചും കരണ്ടും എന്തിനേയും തനിക്ക് തോല്പിക്കാനാവുമെന്ന് അഹങ്കരിച്ച് സകലതിനും മുന്നിലെത്തുവാൻ അശ്രാന്തമായ ആവേഗത്താൽ ഓടുമ്പോഴും ഒരു നിമിഷത്തിലെ ഭീതിയാൽ മനസ്സുതളരുന്ന സങ്കടത്തിൽ ഒളിയിടം തേടുന്ന ആൺ ചിന്ത കാണുന്നു. സകലതിനോടും നിർമ്മമമായ ഒരനുതാപം സൃഷ്ടിക്കുവാനും അതിനെ സ്വീകരിക്കുവാനുമാവുന്ന ഒരു പെൺ മനസ്സിൽനിന്നും മാത്രം കാണുന്ന ശാന്തതയാണ് ഓരോ കഥയിലും ബൃന്ദ എഴുതുന്നത്.

എന്നാൽ ചിലപ്പോഴൊക്കെ ആന്തരികമായ വേവലാതികളോർത്തും ബൃന്ദ ആകുലപ്പെടുന്നുണ്ട്. പുതിയ പത്രോസിലെ പാതിരിയെയോർത്ത് എഴുതുമ്പോൾ ഒരു പാതിരിയുടെ ജീവിതത്തിലൂടെ യാത്രചെയ്യുന്നതുകൊണ്ട് മനുഷ്യന്മാർ പ്രശ്നമുണ്ടാക്കുമോയെന്നും അല്ലെങ്കിൽ മനുഷ്യന്റെ ജീവിതത്തിലൂടെ സഞ്ചരിച്ചാൽ പാതിരിമാർ പ്രശ്നമുണ്ടാക്കുമോയെന്ന് മറ്റൊരു അന്വേഷണസഞ്ചാരത്തിൽ കുറിപ്പാകുന്നത് പുതിയകാലത്തിന്റെ വഴികൾ സുഗമമല്ലാത്തതെന്ന ബോദ്ധ്യമുള്ളത് കൊണ്ടാണെന്നും തോന്നുന്നു. ലോകം മുഴുവനും ഒരു കമ്പ്യൂട്ടർ സ്ക്രീനിലേക്ക് ഒരു മൗസിന്റെ നീക്കത്താൽ തെളിയുമെങ്കിലും അതിൽ നിന്നെടുത്ത് വീണ്ടുമൊരു പ്രഖ്യാപനം ഉണ്ടാവുകയാണെങ്കിൽ അതുല്പാദിപ്പിക്കുന്ന അക്രമാസക്തമായ മരണത്തെ ബൃന്ദ കാണുന്നുണ്ട്. ആയതിനാൽ തന്നെ, പറയാനുള്ളത് സെർച്ച് മെഷീനിൽത്തന്നെ വിശ്രമിക്കട്ടെ എന്നു കരുതുന്നുമില്ല.

പ്രണയവും അത് വളർത്തിയെടുക്കുന്ന രതിയും കാമത്തിനുമപ്പുറം അതിന്റെ നിർവ്വാണാവസ്ഥയും ബൃന്ദ നിരന്തരമായി പറയുന്നു. എങ്കിലും മനുഷ്യജീവിതത്തിലെ ഓരോ വേഴ്ചയും അത്യപൂർവ്വങ്ങളിലപൂർവ്വമാകുവാനുള്ള രചനാവൈഭവം അതിലുണ്ടെന്നതും അത്ഭുതപ്പെടുത്തുന്നു. പ്രണയത്തിന്റെ ഭാഷയിൽ മാത്രം സംസാരിക്കുന്ന കറുപ്പം ചെട്ടി എന്ന ഇന്റീരിയർ ഡിസൈനർ അവൾക്കായൊരുക്കുന്ന മുറിയുടെ അണുവിടങ്ങളിലും കാഴ്ചകളും സ്വപ്നങ്ങളും നിശ്വാസവും തേടുന്നു. അതിനെ നിരന്തരം ജീവിക്കുന്ന ചേതനയാക്കുന്നു. ഒരു സ്ത്രീയുടെ അകമുറിയിലേക്ക് കടന്നുചെല്ലാനറിയാതെ പോകുന്ന ഭർത്താവും കൂട്ടുകാരനും കാമുകനുമാണ് ബൃന്ദയുടെ കറുപ്പം ചെട്ടിയിലെ ആൺ രൂപം. ഒരു വീട് നിർമ്മാണത്തിന്റെ പ്രത്യക്ഷത്തിൽ, അവിടെയാണ്, സ്ത്രീ അവളുടെ മനസ്സിൽ സദാ സൂക്ഷിക്കുന്ന സ്വപ്നമായി, അവളുടെ സ്വപ്നത്തിലെ മുറിയൊരുക്കുവാൻ കറുപ്പം ചെട്ടി വരുന്നതും അവൾക്കായി പുതിയ ഭാഷ കണ്ടെത്തുന്നതും. അന്യമായ ഭാഷ പ്രണയത്തിന്റേതുമാത്രമല്ലെന്നും അത് മനുഷ്യവികാരങ്ങളെ സ്പർശിക്കുന്ന സത്യമാണെന്നും അറിയുന്നു. സ്വപ്നത്തിന്റെയും മരണത്തിന്റെയും ഭാഷയിൽ പെണ്ണിനെ കൊതിപ്പിക്കുന്ന ചിരിയുമായി അർപ്പിക്കാത്ത ചുംബനത്തിന്റെ അനന്തപ്രപഞ്ചത്തിന്റെ അദൃശ്യമായ പഥത്തിലൂടെയുള്ള പ്രയാണവഴിയുടെ രൂപരേഖയെഴുതുന്നു. സ്വപ്നസദൃശമായ ഒരു സഞ്ചാരം. കറുപ്പം ചെട്ടിയുടെ മുഖത്തെ വസൂരിക്കലയുടെ ആഴങ്ങളിൽ മനസ്സുന്മത്തമാക്കി അവൾ നീങ്ങുന്നു. വീടിന്റെ അകത്തളത്തിലാണ് ഒരു പെണ്ണിന്റെ മനസ്സെന്നും അത് നിരന്തരം വെന്തു നീറുകയാണെന്നും കൂടെയുള്ളവനത് കാണാതെ പോകുന്നുവെന്നും ഇത്രയും കാലം ഒപ്പം ജീവിച്ചിട്ടും അവളുടെ മനസ്സ് അറിയാതെ പോകുന്നുവെന്നും അടക്കിവെച്ച കാമനകളിൽ പടർന്നുകയറാനുള്ള അഗ്നിക്കായി അവൾ വേവലാതിപ്പെടുന്നുവെന്നും ഇനിയും നിഴലുകൾ വീഴുന്ന വീടിന്റെ സ്വപ്നത്തിൽ ജീവിക്കണമെന്നും വേദനയനുഭവിക്കുന്ന എഴുത്തുകാരി, കറുപ്പം ചെട്ടി എന്ന സ്വപ്നം അത്രമേൽ ഭ്രാന്തമാണ്.

ഞാൻ വിറകൊള്ളുന്നു. എന്റെ ദൈവം നീയാണോ എന്ന പ്രണയത്തിന്റെ ആകാശം കാണുന്നു. തണുപ്പിൽ നേർത്തചൂടായി അവന്റെ നോട്ടത്തിൽ ഞാൻ, ആഴങ്ങളിൽനിന്നും എന്നെ കണ്ടെത്തി ഹൃദയത്തോടു ചേർക്കുന്നു. ഒരു നിമിഷം കൊണ്ട് അവന്റെ നെഞ്ചിലേക്ക് അവൻ പോലുമറിയാതെ വീണുടഞ്ഞ് അവനിൽ ഇല്ലാതെയാവുന്നു. അവന്റെ ബന്ധനത്തിൽ അവനിലെ ശ്വാസത്തിൽ സന്തുഷ്ടിയുടെ ഉന്മാദാവസ്ഥ. ഇഷ്ടപുരുഷനിൽ ആണെന്ന പ്രണയത്തിന്റെ ദേവനെ വളർത്തുന്നതിൽ അസാമാന്യമായ ഭാവപരിണാമമാണ് ബൃന്ദയുടെ എഴുത്ത്. ഓരോ സ്ത്രീയിലും അവൾക്ക് സ്നേഹിക്കുവാനും മനസ്സിൽ സൂക്ഷിക്കുവാനും ഓർമ്മകളിലും സ്വപ്നത്തിലും താലോലിക്കുവാനും ഗന്ധവും വസ്ത്രവുമായി സുരക്ഷയാവാനും നിർമ്മിച്ചെടുത്ത ഒരു രൂപമുണ്ടാകും.

വിശാലമായ തണലാവുന്ന ഒരു മഹാവൃക്ഷമുണ്ടാവും. ഏതുയരത്തിലേക്കും പറത്തിക്കൊണ്ടുപോകുന്ന ചിറകാവുന്ന ഒരാൾ. അത് ചിലപ്പോൾ ജൈവമാകണമെന്നുകൂടിയില്ല. എങ്കിലും ആ സ്വപ്നമാണവളെ ജീവിക്കുവാൻ പ്രേരിപ്പിക്കുന്നത്. കണ്ണിലെ കണ്ണാടിക്കാഴ്ചയാകുന്ന ആ പ്രതിബിംബത്തെ നിധിയാക്കുന്ന ജീവിതം. ഒരു സ്ത്രീയുടെ കണ്ണുകൾക്ക് മുന്നിലിരിക്കുന്ന ഇഷ്ടഭാജനത്തെ ഒരു സ്കാനറെന്നതുപോലെ പൂർണ്ണമായി അനാവൃതമാക്കുന്നത് പ്രണയം അവളുടെ കണ്ണുകളിൽ ലേസർ രശ്മികളാകുമ്പോഴാണ്. അതിന്റെ തീക്ഷ്ണമായ കൺപ്രകാശത്തിൽനിന്നും രക്ഷനേടാൻ ഒരിണയ്ക്കും സാദ്ധ്യവുമല്ല.

പ്രണയിനിയുടെ കണ്ണുകൾ റഡാറിനേക്കാൾ വ്യാപ്തമാണ്. അതുകൊണ്ടുതന്നെ ചിലപ്പോൾ ആ വലയത്തിൽ പ്രത്യേകമായ തിരശ്ശീലയൊരുക്കി സർവ്വതിനെയും മറച്ച് ഗോപ്യമായി രക്ഷപ്പെട്ട് മറ്റൊരു ഗ്രഹത്തിൽ അവനെയുംകൊണ്ട് ഒളിച്ചുപാർക്കാൻ ഒരു നിമിഷമെങ്കിലും അവൾക്ക് കഴിയും. ഇരിക്കുന്നയിടത്ത് തന്നെ മറ്റൊരു ലോകം നിർമ്മിക്കുവാനുള്ള പ്രണയിനിയുടെ വിസ്മയിപ്പിക്കുന്ന ജാലക്കാഴ്ചയാണത്. പ്രണയം കത്തുന്ന തീജ്ജ്വാലയായ ഒരുവളുടെ മനസ്സിന്റെ അടങ്ങാത്ത അന്വേഷണത്തിന്റെ നിർവ്വചനമാകുന്നുണ്ട് “ഇഷ്ടപുരുഷൻ” എന്ന കഥ. പുരുഷനു സ്ത്രീയേക്കാൾ കരുത്തുണ്ടെന്നു അവൾ കരുതുന്നു. എന്നാൽ പ്രണയത്തിന്റെ അഗ്നി അവളിൽനിന്നും അവനേല്ക്കുമ്പോൾ അവനൊരു പൂവിന്റെ ഭാരമേയുണ്ടാവുകയുള്ളൂ. രതിയുടെ ആഴങ്ങളിലേക്ക് സഞ്ചരിക്കുമ്പോൾ ഒരു പൂവിതളിനേക്കാൾ നേർത്തതും. ഭൂമിയിൽ അല്ലെങ്കിൽ ജീവജാലങ്ങൾക്കിടയിൽ സ്ത്രീമേല്ക്കോയ്മയുടെ ഒരു സ്വപ്നം ബൃന്ദ സൂക്ഷിക്കുന്നുണ്ട്. ചരിത്രത്തിൽ ചിലപ്പോഴൊക്കെ അങ്ങനെ സംഭവിച്ചിട്ടുണ്ടെങ്കിലും ആധുനിക ലോകത്ത് ഇരയും വേട്ടയും എന്ന സങ്കല്പത്തിൽ സ്ത്രീ എപ്പോഴും ഇരയെന്ന ജീവിയാകുന്നതാണ്. ആ സ്വപ്നത്തിൽ ബൃന്ദയുടെ കഥാപാത്രം വേട്ടക്കാരിയാവുന്ന കുസൃതിയും ചിന്തിക്കുന്നുണ്ട്. കുസൃതിയെന്നതിനേക്കാൾ അതൊരു സ്വകാര്യമായ ആശയമായാണു കാണുന്നതും. പലപ്പോഴും ആണിന്റെ ക്രൂരമായ പീഡനങ്ങളിൽ നിന്നൊരിക്കലെങ്കിലും രക്ഷനേടണമെന്നുള്ള ആഗ്രഹത്തിന്റെ പൂർത്തീകരണമോ അല്ലെങ്കിൽ ഒരു സ്ത്രീയാൽ ബലാത്സംഗം ചെയ്യപ്പെടുന്ന പുരുഷന്റെ മാനസികാവസ്ഥ കാണാനോ ഉള്ള തോന്നലാവാം. ബലാത്സംഗം പുരുഷന്റെ പാരമ്പര്യകലയാണെന്നാണു വയ്പ്. ഇര പ്രതികരിക്കരുതെന്നും വേട്ടക്കാർക്ക് അതിനാൽ ഉപയോഗിക്കുക മാത്രമല്ല ഇല്ലാതാക്കേണ്ടിയും വരുമെന്നുള്ള ഞെട്ടിക്കുന്ന വാക്കുകൾ അവൻ ലോകത്തോട് വിളിച്ചു പറയുന്നു. ഒരു സ്ത്രീക്ക് അവളുടെ ശരീരത്തിന്റെമേലും ലൈംഗികതയുടെമേലും അവകാശമില്ലാതിരിക്കുക എന്ന വിചിത്രമായ അവസ്ഥയും കാണുന്നു. അപ്പോഴാണ് പെൺ റേപ്പ് എന്ന അനുഷ്ഠാനമല്ലാത്ത ഒരു ചിന്തയും സന്ദേഹവും ബൃന്ദ അനുവാചകർക്ക് മുന്നിൽ അവതരിപ്പിക്കുന്നത്. അതു പറയുമ്പോഴും ഒരു പ്രണയിനി

ഏറ്റവും കൂടുതലിഷ്ടപ്പെട്ടു ധരിക്കുവാൻ കൊതിക്കുന്ന വസ്ത്രം ആണിന്റെ, കാമുകന്റെ, അവളുടെ ഇഷ്ടസ്നേഹത്തിന്റെ നഗ്നതയാണെന്നും സ്വപ്നം കാണുന്നുണ്ട്.

ആൺരൂപങ്ങളുടെ ചിത്രങ്ങൾ വരയ്ക്കുമ്പോൾ ബൃന്ദ ഒരു പിതാവിന്റെയും പുത്രന്റെയും അവർ അറിഞ്ഞോ അറിയാതെയോ നിക്ഷേപിക്കുന്ന സ്നേഹത്തിന്റെ തീരാനിധിയെക്കുറിച്ചും നിറങ്ങളാൽ ചാർത്തുന്നുണ്ട്. മനുഷ്യൻ അവന്റെ ഭൂതകാലം തിരിച്ചുപിടിക്കുവാനാഗ്രഹിക്കുന്ന കഥകൂടിയാണിത്. ജോസഫ് ജോസഫ് അഥവാ എന്ന കഥ ഒരുങ്ങി നില്ക്കുന്ന വീടിന്റെ ജൈവാവസ്ഥയാണ്. ഒരാളിന്റെ ജീവിതത്തിലേക്ക് മറ്റൊരാളിലൂടെ സഞ്ചരിക്കുന്ന അത്ഭുത സഞ്ചാരം. മരണവും അതിന്റെ അടയാളങ്ങൾ തൂത്തുമായ്ക്കലും അതിനിടയിലെ സ്വപ്നവും യാഥാർത്ഥ്യവും പിന്നെ എല്ലാ കാഴ്ചകളും മേഘങ്ങൾക്കിടയിൽ ശൂന്യമായി മാഞ്ഞുതീരുമ്പോഴും ജീവിതത്തിൽ അവശേഷിപ്പിക്കുന്ന ഓർമ്മകൾ മറ്റൊരാളിന്റെ മനസ്സിലാണെന്ന കണ്ടെത്തലാണത്.

അടക്കിവച്ച മോഹങ്ങളും അതിന്റെ ആഴത്തിൽ ഇനിയുമൊരു മഹാസ്ഫോടനത്തിന്റെ അഗ്നിലാവ സൂക്ഷിക്കലും ബൃന്ദ തുടരുന്നുണ്ട്. നേർത്ത നൂലിനാൽ വലിച്ചുകെട്ടി പിന്നീടെവിടെയോ ഒന്നു വലിഞ്ഞു പൊട്ടി വീണ്ടും വിളക്കിചേർന്ന ഒരു മുറുക്കത്തിൽ വ്യക്തമല്ലാത്ത മനസ്സിന്റെ മതിക്കാഴ്ചകൾ, പ്രണയത്തിനും കാമത്തിനും അതിന്റെ പൂരണത്തിന്റെ സ്വസ്ഥതയും വെളിപ്പെടുത്തുന്നു. അകൃത്രിമമായതും മനുഷ്യമനസ്സിൽ നിരന്തരം സൂക്ഷിക്കുന്നതുമായ ചിത്രങ്ങളെ ഏതോ ഒരു നിമിഷം ജാഗ്രത്തിൽനിന്നും അപ്രത്യക്ഷമാക്കുന്ന അസാധാരണ വഴികളും ബൃന്ദയുടെ ഭൂപടത്തിലുണ്ട്.

മനുഷ്യന്റെ അസ്തിത്വത്തിനുമീതെ കടന്നുകയറുന്ന, ഏതെല്ലാമോ രീതിയിൽ മറ്റുള്ളവരാൽ കീഴടക്കപ്പെടുന്ന, കീഴടക്കപ്പെട്ടിരിക്കുന്നു എന്ന സങ്കടമുളവാക്കുന്ന മനുഷ്യമനസ്സിന്റെ വാഗർത്ഥമാകുന്നു ചിത്രഗുപ്തൻ കാണുന്നത്. ലോകം മുഴുവനും മാനസികമായി അവ്യക്തമായ ഏതോ നിഴലിനാൽ ആവാഹിക്കപ്പെട്ടതും അതിന്റെ കീഴിൽ നിശ്ചലമാവുകയും ഇനിയൊരിക്കലും ഉണർന്നെഴുന്നേല്ക്കുവാൻ പ്രാപ്തമല്ലാത്ത രീതിയിൽ ശൂന്യമാവുകയും ചെയ്യുന്ന സൂചിമുഖനിൽനിന്നും നഷ്ടപ്പെട്ട ജീവിതത്തെ തിരിച്ചെത്തിക്കുവാനുള്ള അടവുകളുടെ അയഥാർത്ഥ ലോകം തേടുകയും ചെയ്യുന്ന ചിത്രഗുപ്തനെന്ന മാനസികഭിഷഗ്വരൻ, അന്യന്റെ മനസ്സിന്റെ സ്വസ്ഥതയിൽ തെളിഞ്ഞ പ്രകാശമാവുകയും രതിയുടേയും സ്വകാര്യ ആസക്തികളുടേയും നിലവറയിൽ ആണ്ടുപോകുന്നതുമായ കാഴ്ച കാണിച്ചു തരുന്നു.

നിരന്തരമായി ചോദ്യങ്ങൾ ചോദിച്ചുകൊണ്ടേയിരിക്കുന്ന ഒരു മനസ്സാണത്. ഓരോ ചോദ്യവും മനസ്സിൽനിന്നും അനാദികാലം മുതലേ ഉരുകിയൊഴുകുന്നതും. അതിന്റെ ഉത്തരങ്ങൾക്കായുള്ള അദമ്യമായ ആഗ്രഹത്തിന്റെ ഒഴുക്കാണ് ഓരോ വരികളും. ചോദ്യങ്ങൾ വളരെ

സങ്കീർണ്ണവും ജീവിതം വളരെ ഹ്രസ്വവുമാകുന്നു. അടക്കിവച്ചതെന്ന് ചില സമയത്ത് തോന്നിയ സാമൂഹ്യാവസ്ഥയിൽനിന്നും പുതിയ ജീവിത കാഴ്ചയിൽ ഉത്തരങ്ങൾ തെളിക്കുന്നതും ഒരു കഥനരീതി തന്നെ യാവുന്നു. ഇനിയുള്ള കാലം തെളിമയാർന്നതും സ്ഫടികപ്പാത്രത്തിലെ വിശുദ്ധിയിലും വേണമെന്ന് ഉറപ്പാക്കുന്നു. എങ്കിലും ചിലനേരത്ത് പാഴ്നാവിന്റെ ഇരുളിൽ മറയുകയും ചെയ്ത് വേവലാതിപ്പെടുന്നു. മനസ്സ് കുറുവരകളും പിറ്റ്സെല്ലും നിറഞ്ഞ സ്കാനർ മോണിറ്റർ പോലെ നീല നിറമാർന്നതും ഇരുട്ടിൽ തിളങ്ങുന്നതും ആവുന്നു. ചോദ്യങ്ങൾ നമ്മുടെ മൗനത്തിൽ നാം കേൾക്കുന്ന വിസ്ഫോടനമാകുന്നു.

പുതിയ പത്രോസ്

പത്രോസ് ഒരു പെൺകുട്ടിയുടെ നോട്ടത്തിൽ

ആദ്യം കാതിലുടക്കിയത് പത്രോസ് എന്ന പേരാണ്. അത് തെല്ലും ഇഷ്ടമായില്ല. എങ്കിലും ഒരു കൗതുകം തോന്നി. ഇക്കാലത്ത് ഒരു ചെറുപ്പക്കാരന് ഇങ്ങനെയൊരു പേരോ! അതുപോലെ കൗതുകമായിരുന്നു അയാളുടെ താടി. ശ്രദ്ധയോ പരിചരണമോ ഏല്ക്കാത്ത ഉദ്യാനംപോലെ വന്യമായി അത് പടർന്നുനിന്നു. താടി വെട്ടിയൊതുക്കി മുടിചീകി മുഖത്തു കുറച്ചു പൗഡർ ഇട്ട് മിനുക്കിയിരുന്നെങ്കിൽ അയാൾ കൂടുതൽ സുന്ദരനായിരുന്നേനെ എന്ന് തോന്നിയിട്ടുണ്ട്. അയാളെ കാണുമ്പോഴൊക്കെ അത്തരമൊരു മുഖമാണ് സങ്കല്പിച്ചെടുക്കാറുള്ളത്.

എലി പത്രോസ്

കുട്ടിക്കാലത്തിന്റെ വനസ്ഥലികളിൽനിന്ന് ഇറുകിപ്പിടിച്ച കറുത്ത ബിംബമായി മറ്റൊരു പത്രോസ് ഉയർത്തെഴുന്നേറ്റു. അയാളുടെ പേരിനു മുമ്പിൽ എലി എന്നുകൂടി നാട്ടുകാർ ചേർത്തുവച്ചു. അങ്ങനെ അയാൾ എലി പത്രോസായി. ചിരഞ്ജീവിയായി. കറുത്തുമെലിഞ്ഞ ചുള്ളിക്കമ്പിനുമേലെ രണ്ടു ചുവന്ന ഉണ്ടക്കണ്ണുകൾ. അതായിരുന്നു എലി പത്രോസ്. നാട്ടിൻപുറത്തിന്റെ രോമാഞ്ചവും അത്ഭുതപ്രതിഭാസവുമായിരുന്നു അങ്ങേർ. എങ്കിലും ഇന്ന് വാവസുരേഷിനു ലഭിക്കുന്ന ആരാധനയോ ആരാധകരെയോ അയാൾക്കു ലഭിച്ചില്ല. അയാൾ നാട്ടിൻപുറത്തിന്റെ ഒരു ദരിദ്രവാസി. പെരുച്ചാഴി എലികളെ അയാൾ ചുട്ടുതിന്നിരുന്നു എന്ന് പറഞ്ഞുകേട്ടു. എത്ര വലിയ പാമ്പിനെയും ഏതു മാളത്തിൽനിന്നും കൈയിട്ട് പിടിക്കുമായിരുന്നത്രേ. അന്നൊക്കെ പാമ്പിനെ കൊല്ലുന്നതിന് വിലക്കൊന്നുമില്ലാതിരുന്നതുകൊണ്ട് പത്രോസിന് അത്ര ഡിമാന്റുണ്ടായിരുന്നില്ല.

അമ്മമാർ നാട്ടിൻപുറത്തെ കുസൃതികളെ ഊട്ടിയിരുന്നതും അടക്കി നിർത്തിയിരുന്നതും എലിപത്രോസിന്റെ പേരു പറഞ്ഞിട്ടായിരുന്നു. അതിനാൽ ചെറുപ്പംതൊട്ടേ അവരിൽ ഒരു ഭയാരാധന വളർന്നുവന്നിരുന്നു.

എലിപത്രോസിന്റെ വരവ് രാജകീയമാണ്, ആർപ്പുവിളികളോടെ ജനം അങ്ങേരെ എതിരേറ്റു. ആബാലവൃദ്ധം ജനങ്ങളും അങ്ങേരുടെ പിന്നാലെ നടന്നു. അയാളുടെ പക്കലുള്ള മരവീലുകളുള്ള വീപ്പയിൽ ഒരു പാമ്പ് ജീവനോടെ ചുറ്റിവളഞ്ഞുകിടന്നു. അത് തന്റെ അനുവാദമില്ലാതെ പുറത്തുവരില്ലെന്ന് പത്രോസ് പ്രഖ്യാപിച്ചു. സർപ്പങ്ങളെവരെ വരുതിക്കു നിർത്തുന്ന പത്രോസിനെ ജനം വാഴ്ത്തിക്കൊണ്ട് വീപ്പയ്ക്കു ചുറ്റും നൃത്തം ചെയ്തു. അപ്പോൾ നാട്ടുപ്രമാണി അതാ ആ വില്ലൻ എന്ന് പറഞ്ഞ് വീപ്പയിലേക്കു വിരൽചൂണ്ടി. അതേനേരം ആ വില്ലൻ ചൂണ്ടിയ വിരലിൽതന്നെ ഒരു കൊത്തുവച്ചുകൊടുത്തു. തങ്ങളുടെ നേർക്ക് ആരും വിരൽചൂണ്ടുന്നത് പാമ്പുകൾക്ക് ഇഷ്ടമല്ല.

ആർപ്പുവിളികൾ നിലച്ചു. എങ്ങും ഭീതിപരന്നു. പത്രോസ് പാമ്പിനെ ചീത്തപറഞ്ഞു. അതോടെ പത്രോസ് വെറുക്കപ്പെട്ടവനായി. ഒടുവിൽ അയാൾ പട്ടിണികിടന്ന് ചത്തു. അയാൾക്ക് വിശപ്പോ ദാഹമോ ഉണ്ടോയെന്ന് ആരും തിരക്കിയില്ല. അയാളുടെ വിശപ്പുതീർക്കാൻ ഒരെലി പോലും പ്രാണത്യാഗം ചെയ്തതുമില്ല.

പാതിരി പത്രോസ്

പിന്നീട് വളരെ വർഷങ്ങൾക്കുശേഷം കുന്നുംപുറം പള്ളിയിലായിരുന്നു പുതിയ പത്രോസ് പ്രത്യക്ഷപ്പെട്ടത്. താൻ പക്ഷികളുടെ ചിത്രങ്ങൾ എടുക്കാനും, യാത്രകൾചെയ്യാനും, കടൽത്തീരത്ത് ഇരുന്ന് കരയാനും, മലമുകളിലിരുന്ന് ചിരിക്കാനും സെമിത്തേരിയിൽ കിടന്ന് ഉറങ്ങാനുമാണ് ഇഷ്ടപ്പെടുന്നതെന്ന് പ്രഖ്യാപിച്ചു. ഒരിക്കൽ മലനിരകൾ സന്ദർശിച്ചു മടങ്ങിയ പാതിരി പത്രോസ് ഒരു എലി പിന്തുടരുന്നുവെന്നും അത് തന്നെ തുരന്നുകൊണ്ടിരിക്കുന്നുവെന്നും അറിയിച്ചു. ഇരുട്ടിലും പിന്തുടരുന്ന മൂഷികനയനങ്ങൾ അയാളുടെ ഉറക്കം കെടുത്തി. ചവിട്ടടികളിൽ മണ്ണ് ഇടിഞ്ഞ് തുരങ്കങ്ങൾ പ്രത്യക്ഷപ്പെട്ടു.

ചില നിഗമനങ്ങൾ

1. പാതിരി പത്രോസും എലികളും തമ്മിൽ ഒരു ബന്ധവുമില്ല. അവ അനാവശ്യമായാണ് മറ്റൊരാളുടെ സ്വകാര്യതയിൽ കടന്നുകൂടുന്നത്. അവ ആരെയും തിരുത്തുന്നില്ല. പകരം രഹസ്യങ്ങൾ കണ്ടെടുക്കുകയും ജീവിതത്തിൽ അലോസരമുണ്ടാക്കുകയും ചെയ്യുന്നു. പാതിരി ശുദ്ധജീവിയായതുകൊണ്ട് എലിവിഷത്തെക്കുറിച്ച് ചിന്തിക്കുന്നുമില്ല.
2. എല്ലാ മനുഷ്യന്റെയും ജീവിതത്തിൽ എലികളുണ്ടെന്ന് ആലങ്കാരികമായി പറയാം. അറിഞ്ഞും അറിയാതെയും അവ പിന്തുടരുന്നുണ്ട് എന്ന വിചാരത്തിൽ അവയെ അവഗണിക്കാം. പക്ഷേ, നിരന്തരമായി

പിന്തുടരുന്ന ഒന്നിനെ നിരന്തരമായി അവഗണിക്കണം എന്നു പറയുന്നത് അസാദ്ധ്യമാണ്.

പത്രോസിന്റെ ഡയറിക്കുറിപ്പുകൾ അഥവാ പിന്തുടരപ്പെടുന്നവന്റെ സുവിശേഷം

പാതിരി പത്രോസ് ഡയറി എടുത്തു. അതിന്റെ ഒന്നാം പേജിൽ അയാൾ ഒരു കുരിശുവരച്ചു. പിന്നെ ഒരു നിമിഷം ധ്യാനപൂർവ്വം ഇരുന്നു

എന്നിലേക്ക് നീ എന്റെ കാമനകളെ വരച്ചുവയ്ക്കുക എന്ന മട്ടിൽ ഡയറി മദാലസമായി മലർന്നു കിടന്നു.

പക്ഷേ, ആ മദാലസ ലാവണ്യം നുകരാനുള്ള മാനസികാവസ്ഥയിലായിരുന്നില്ല പാതിരി പത്രോസ്. തന്നെ തുരന്നുതിന്നുന്ന എലികളിൽ നിന്നും രക്ഷപ്പെടാനുള്ള വെമ്പലിലായിരുന്നു അയാൾ. അതിനാൽ അയാൾ ഇങ്ങനെ ഡയറിയിൽ കുറിക്കാൻ തുടങ്ങി.

ഗീതകം - 1

മനുഷ്യൻ ഒരു തുരങ്കമാണ്
തുടക്കം മുതൽ ഒടുക്കംവരെ
ഇങ്ങനെ തുരന്നും കരണ്ടും
ഏകാന്തതയുടെ നക്ഷത്രങ്ങൾക്കിടയിലൂടെ
നിങ്ങൾ ഓടിപ്പോകുന്നു.

ഞാൻ പർവ്വതങ്ങൾക്കു മുകളിലും
വൃക്ഷങ്ങൾക്കിടയിലും ഒളിച്ചിരുന്നു.
നിങ്ങൾ പർവ്വതങ്ങളിൽ തുരങ്കമുണ്ടാക്കി
വൃക്ഷങ്ങളുടെ വേരുകൾ കടപുഴക്കി
എത്ര വേഗതയിലാണ് ഞാൻ ഓടുന്നത്.
കാലടികൾക്കു ചുവടെ
പ്രകമ്പനങ്ങൾ
ഞാൻ ഇനി എവിടെ ഒളിക്കും?
ഒരു മനുഷ്യന് എവിടെ ഒളിക്കാൻ കഴിയും?

പത്രോസ് ശൂന്യതയിലേക്ക് ശിരസ്സുചേർത്തുകൊണ്ട് ഒളിയിടങ്ങളെക്കുറിച്ച് ആലോചിച്ചു കൊണ്ടിരുന്നു. അയാളിൽനിന്ന് പ്രാർത്ഥനകൾ വിട്ടകന്നിരുന്നു. നക്ഷത്രവിളക്കിന്റെ വെളിച്ചത്തിൽ ഇരുട്ടിലൂടെ നടന്നുപോകുന്ന അജ്ഞാതസഞ്ചാരിയായി അയാൾ. പണ്ടൊരിക്കൽ തന്റെ ചിത്രകാരിയായ പെൺസുഹൃത്ത് ശവക്കല്ലറകളുടെ ചിത്രം വരച്ചിട്ട് അയാളോട് ചോദിച്ചു ഒരു സെമിത്തേരി ചിന്തിക്കുന്നത് എന്തായിരിക്കും എന്ന്. അന്ന് അയാൾ ജീവിതത്തിന്റെ നശ്വരതയെയും അനശ്വരതയെയും കുറിച്ച് ദീർഘമായ പ്രഭാഷണം നടത്തിയിരുന്നു. എല്ലാം കേട്ടതിനുശേഷം അവൾ പതിവുപോലെ ചിരിക്കുമ്പോൾ മേലേക്ക് വളയുന്ന

കോണുകളുള്ള ചുണ്ടുപയോഗിച്ച് ഒരു ചിരി ചിരിച്ചിട്ട് നിന്റെ ഉത്തരങ്ങളെല്ലാം തെറ്റിപ്പോയി പത്രോസേ എന്നു പറഞ്ഞ് നടന്നകന്നു.

അപ്പോൾ പത്രോസ് തന്റെ രണ്ടാമത്തേതും ഒടുവിലത്തേതുമായ ഡയറിക്കുറിപ്പ് എഴുതി.

ഗീതകം -2

ശ്വാസം മുട്ടുന്നുണ്ട്
അജ്ഞാത ഗന്ധങ്ങൾ
വായുവിനെ നീറ്റിപ്പിടിക്കുന്നു.
ഇലകൾ എന്താണ് നിശ്ചലം നില്ക്കുന്നത്?
മണ്ണ് ഭയന്നു വിറയ്ക്കുന്നു.
വായു മരിച്ചുപോകുന്നു.
ഭൂമിയുടെ അഗാധതയിൽ
നിലവിളികൾ നിശ്ചലമാകുന്നു.
കനൽരാത്രികളിൽ
വെറും മനുഷ്യനെ തുരന്നു രസിക്കുന്ന
എലികളേ
നീചസിംഹാസനങ്ങളെ
നിങ്ങൾ കരണ്ടുതിന്നാത്തതെന്ത്?

ഇത്രയും എഴുതിക്കഴിഞ്ഞപ്പോൾ പത്രോസ് പരവേശപ്പെട്ടു. തൊണ്ട വരണ്ടു. അയാൾ ദാഹം ശമിക്കുവോളം വെള്ളം കുടിച്ചു. ജലം അയാളെ തണുപ്പിച്ചു. ജലം കവിളിന്റെ ഇരുവശത്തുകൂടിയും കവിഞ്ഞൊഴുകി താടിരോമങ്ങളെ നനച്ചുകൊണ്ട് ഹൃദയത്തിനുമീതെ പുളഞ്ഞൊഴുകി.

എന്തോ ഉൾപ്രേരണയാൽ പത്രോസ് ഒരു അടിക്കുറിപ്പുകൂടി എഴുതിവച്ച് തന്റെ ഡയറി അടച്ചുവച്ചു.

അടിക്കുറിപ്പ് : ഇത്

ഇലകൾക്കുമീതെ നടന്നുപോയവന്റെ
അടയാളമാണ്.
കാലുകളില്ലാത്തവന്റെ അടയാളം
വെറുതെ തുരന്നു നടക്കുന്ന എലികൾ
ഇനിമേൽ അവന്റെ അടയാളങ്ങൾകണ്ട്
ഭയപ്പെടും.

ഒരു മൂഷികന്റെ സഞ്ചാരക്കുറിപ്പുകൾ

മൂഷികൻ തന്റെ ലാപ്ടോപ്പ് തുറന്നു. മനുഷ്യജീവിതത്തിന്റെ നേർസ്പന്ദനങ്ങൾ തുറന്നുകാട്ടുന്ന തന്റെ തുരപ്പുജീവിതം എന്ന യാത്രാവിവരണം ടൈപ്പ് ചെയ്യാൻ തുടങ്ങി. അടുത്തുതന്നെ അത് ഒരു പ്രമുഖ മാസികയിൽ അച്ചടിച്ചുവരികയും ചെയ്യും. ഒരു പാതിരിയുടെ ജീവിതത്തിലൂടെ യാത്ര ചെയ്യുന്നതുകൊണ്ട് മനുഷ്യന്മാർ പ്രശ്നമുണ്ടാക്കുമോ,

മനുഷ്യന്റെ ജീവിതത്തിലൂടെ യാത്ര ചെയ്യുന്നതുകൊണ്ട് പാതിരിമാർ പ്രശ്നമുണ്ടാക്കുമോ എന്ന് മൂഷികന് തീർച്ചയില്ല.

നൂറ്റാണ്ടുകൾ പഴക്കമുള്ള, ഇടിഞ്ഞുപൊളിഞ്ഞുകിടക്കുന്ന കുന്നുംപുറം പള്ളിയുടെ അടിവാരത്തിൽനിന്നു തുടങ്ങിയ യാത്ര പുരാതനമായ പ്രാർത്ഥനകളുടെ ഭാരങ്ങൾ കടന്ന്, വലകെട്ടിയ ചിലന്തിയുടെ ഭ്രമണ പഥങ്ങളും കടന്ന് തകർന്നടിഞ്ഞ കല്ലറകൾക്കടിയിലെ അവശിഷ്ടങ്ങളുടെയും ഓർമ്മകളുടെയും നീണ്ട ദൂരങ്ങൾ കടന്ന്, പത്രോസിലെത്തി നില്ക്കുന്നു. അയാൾ എന്താണ്? ഒരു മനുഷ്യൻ എന്താണ് എന്ന അന്വേഷണത്തിന്റെ തുരപ്പുകളാണ് എന്റെ സഞ്ചാരക്കുറിപ്പുകൾ. ആമുഖം ടൈപ്പ് ചെയ്തതിനുശേഷം ഒരു ബോട്ടിൽ തണുത്ത ബിയർ മൂഷികൻ അകത്താക്കി. പിന്നെ യാത്രയുടെ പത്രോസ് ചിത്രങ്ങൾ ഫെയ്സ് ബുക്കിൽ പോസ്റ്റ് ചെയ്തു.

സെമിത്തേരിയുടെ ആത്മഗതം

പ്രാചീനമായ ഏതോ പാർത്ഥന കുന്നുപുറം പള്ളിയെ ചുറ്റിനിന്നു. അവിടെനിന്ന് നരിച്ചീറുകളുടെ പ്രാർത്ഥനാലാപങ്ങൾ മുഴങ്ങിക്കേട്ടു. കാറ്റിൽ കരിയിലകൾ കുരിശുവരച്ചു. മനുഷ്യസ്പർശമേല്ക്കാതെ കാടു പിടിച്ചുപോയ പള്ളിമുറ്റത്തും എന്നോ തകർന്നടിഞ്ഞ സെമിത്തേരിയിലും കാറ്റിനു പറത്തിക്കൊണ്ടുപോകാനാവാത്ത ചിലതൊക്കെ ഉണ്ടായിരുന്നു.

രാത്രി മഞ്ഞുപൊഴിയുന്നുണ്ടായിരുന്നു. അയാൾ പള്ളിയുടെ തെക്കുവശത്തെ മലകയറാൻ തുടങ്ങി. നിറയെ അട്ടകളായിരുന്നു അവിടെ. പത്രോസിന്റെ ഗന്ധം കേട്ട് അവ ഓടിയെത്തി. അവ കൂട്ടത്തോടെ അയാളുടെ പാദത്തിന്മേൽ ചുംബിച്ചു. പത്രോസ് അവയെ സ്നേഹിച്ചു. തണുപ്പിനും കാറ്റിനുമിടയിലൂടെ പത്രോസ് നടന്നു. തണുപ്പ് അയാളുടെ അസ്ഥി തുളച്ചു. കാറ്റ് വസ്ത്രങ്ങളെ പിടിച്ചുലച്ചു. കല്ലറകൾക്കരികെ ഒരു ഓറഞ്ച് മരം നിറയെ ഫലങ്ങളുമായി നിന്നിരുന്നു. പത്രോസ് അതിനരികിൽ ഇരുന്നു. ഓറഞ്ചുമരം ശിരസ്സ് നമിച്ചു. കടുത്ത തണുപ്പിൽ ഓറഞ്ചുകൾ തിന്നുകഴിഞ്ഞ് കല്ലറകൾക്കുമീതെ പത്രോസ് നഗ്നനായി ഉറങ്ങാൻ കിടന്നു. പള്ളി കുരിശു വരച്ചു. മിന്നാമിന്നികൾ മെഴുകുതിരി കൊളുത്തി. ദൂരെയെവിടെയോ ഒരു കാലിത്തൊഴുത്തിൽ ജീവന്റെ ഒച്ചകൾ ഉണർന്നു.

രതി പത്രോസ്

എലിപത്രോസിന് രണ്ടു ഭാര്യമാരുണ്ടായിരുന്നു. എലികളുടെയും പാമ്പുകളുടെയും ഇടയിൽക്കിടന്ന് പത്രോസ് അവരോട് രതിച്ചു. എലിക്കുഞ്ഞുങ്ങളെപ്പോലെ അഞ്ചാറുപിള്ളേർ അയാൾക്കുണ്ടായിരുന്നു. പിന്നെ അതിനെയെല്ലാം കാണാതായി. പത്രോസ് അവരെയെല്ലാം എലികൾക്ക് തിന്നാൻ കൊടുത്തുകാണും എന്ന് നാട്ടുകാർ പറഞ്ഞു നടന്നു. ഏതു കുറ്റിക്കാടിനിടയിലും മറഞ്ഞിരിക്കുന്ന എലിമാളങ്ങൾ അയാളുടെ

ചുവന്ന കണ്ണുകളിൽ പതിയും. മാളത്തിനു മുന്നിൽ ഒരു പ്രത്യേകരീതിയിൽ അയാൾ താളം പിടിക്കും. ഭൂമിക്കടിയിലൂടെ അവ ഒഴുകിച്ചെന്ന് മൂഷികകർണ്ണങ്ങളെ ഉണർത്തി. പ്രണയംപോലെ മനോഹരമായ താളക്രമങ്ങൾ. അവ അനുസരണയോടെ ഓടി വരും. മരണത്തിനായി എലിപ്പത്രോസിന്റെ കരങ്ങളിൽ പറ്റിച്ചേർന്ന് എന്നെ കൊല്ലൂ എന്ന് ഓരോരുത്തരും തങ്ങളുടെ മൃത്യുദേവനോട് ആവശ്യപ്പെടും.

നിന്റെ വിശപ്പിലേക്ക് നിന്റെ കാമനകളിലേക്ക് നിന്റെ സന്തോഷാലസ്യങ്ങളിലേക്ക് ഒക്കെ ഞങ്ങൾക്ക് അലിഞ്ഞുചേരണം, അവയുടെ വിലാപങ്ങൾ.

ഉപ്പും മുളകുമില്ലാതെ കരിഞ്ഞ മാംസത്തിലേക്ക് എലിപ്പത്രോസിന്റെ ഉളിപ്പല്ലുകൾ ആഴ്ന്നു. അവ അയാളുടെ ഉദരത്തിൽ പുളകങ്ങൾ സൃഷ്ടിച്ചു.

വയറുനിറഞ്ഞ് എലിമാളങ്ങൾക്കരികിൽ പത്രോസ് ഉറങ്ങിക്കിടന്നു. കാടിന്റെ ആദിമമായ തണുപ്പ് തന്റെ മേനിയിൽ പടരുന്നതറിഞ്ഞ് അയാൾ ഞെട്ടിയുണർന്നു. ഒരു പെരുമ്പാമ്പ്. അതും പെൺപെരുമ്പാമ്പ്.. ഏതുറക്കത്തിലും പാമ്പിൻ മണം പിടിക്കാൻ അയാൾ വിരുതനായിരുന്നു. മണംകൊണ്ടുതന്നെ ഏതിനമാണെന്ന് തിരിച്ചറിയാൻ അയാൾക്ക് കഴിഞ്ഞിരുന്നു.

പക്ഷേ, ഇപ്പോൾ നിദ്രയിൽനിന്ന് ഒടുവിലത്തെ ഗാഢനിദ്രയിലേക്കാകും താൻ പോവുക എന്ന് എലിപത്രോസിനു തോന്നി. പാമ്പ് അയാളെ ചുറ്റിവരിഞ്ഞു. തന്റെ തണുത്തമുഖംകൊണ്ട് അയാളുടെ മുഖത്ത് ഉരസി. നാവു നീട്ടി ചുണ്ടുകളിൽ ചേർത്തുവച്ചു. അതിന്റെ വായിൽനിന്നും വിശപ്പിന്റെയോ, ദാഹത്തിന്റെയോ അല്ലാത്ത തണുത്ത മണം ഉയർന്നു. പാമ്പ് അതിന്റെ വാൽഭാഗം അയാളുടെ കീറമുണ്ടിനടിയിലൂടെ ഇഴച്ചു. ഭീതിയും മരണവും മുഖാമുഖം നില്ക്കെ ആ തണുത്ത സ്പർശത്തിൽ പത്രോസിന്റെ കറുത്തുവിളർത്ത ലിംഗം ഉണർന്നു. പെരുമ്പാമ്പിന്റെ പെൺഭാഗത്തിലേക്ക് പത്രോസ് കയറിപ്പോയി. പെരുമ്പാമ്പ് അയാളെ ശക്തിയിൽ ഇറുക്കി. പിടിച്ചു കുലുക്കി. അതിന്റെ സീൽക്കാരത്തിൽ കാടു കിടുങ്ങി. സർപ്പയോനിയിൽ തീപ്പൊരികൾ ചിതറി. അതിന്റെ മേനിയിൽനിന്നും മദജലം ഒഴുകി. കാടിനുമീതെ മഴയായി പെയ്തുതോർന്നു. മരണഭീതിയിലും പത്രോസ് ഉന്മത്തനായി. ഒടുവിൽ തളർന്ന് അവശയായ പെരുമ്പാമ്പ് ചുറ്റിവരിച്ചിലുകൾ അഴിച്ച് തളർന്നുവീണു. സർപ്പഭോഗത്തിൽ എലിപ്പത്രോസ് കരുത്തനായി.

ഒളിച്ചോട്ടം

പുതിയ പത്രോസ് ഒരു രാത്രിയിൽ തന്റെ വാസസ്ഥലം വിട്ടിറങ്ങി. കല്ലറകളുടെ ഇടയിലൂടെ, കയ്യാലകൾ ചാടിക്കടന്ന്, കാടുകൾ വകഞ്ഞുമാറ്റി വേഗതയിൽ എങ്ങോട്ടേക്കോ പോയി. ഗൂഗിളിൽ എലിപ്പത്രോസിന്റെ ചരിത്രം വായിച്ചുകൊണ്ടിരുന്ന മൂഷികൻ ലാപ്ടോപ് അടച്ചുവച്ച് പാതിരി

പത്രോസിന്റെ സഞ്ചാരം കൗതുകത്തോടെ നോക്കിനിന്നു. അയാൾ നിഴൽപോലെ പറന്ന് അപ്രത്യക്ഷനായപ്പോൾ മൂഷികൻ തെല്ല് പരിഭ്രമിച്ചു. ഒരാൾ സാധാരണക്കാരനായി വന്ന് അസാധാരണക്കാരനായി തീരുന്നതിന്റെ പൊരുൾ, തന്റെ വിസ്താരം കുറഞ്ഞ തുരങ്കത്തിന്റെ ഒരു ഭാഗത്തുകൂടി അങ്ങോട്ടുമിങ്ങോട്ടും ഓടിയിട്ടും മീശ വിറപ്പിച്ചിട്ടും ചെറു ശബ്ദങ്ങൾ ഉണ്ടാക്കി ചിന്തിച്ചിട്ടും മൂഷികന് മനസ്സിലായില്ല.

പ്രപഞ്ചം ഒരു വലിയ തുരങ്കമാണെന്നും ഇത്തരം പലായനങ്ങൾ എപ്പോൾ വേണമെങ്കിലും സംഭവിക്കാവുന്നതാണെന്നും മൂഷികൻ ആശ്വസിച്ചു. അതിനാൽ മൂഷികൻ പത്രോസ് പോയ ദിക്കുനോക്കി തുരങ്കം പണിയാൻ തുടങ്ങി.

അപ്പോഴേക്കും മൂഷികപത്നി പ്രത്യക്ഷപ്പെട്ടു. എപ്പോഴും ഇങ്ങനെ തുരങ്കങ്ങൾ പണിത് അയാളെ പിന്തുടരരുതെന്നും ഏതൊരാളും ജീവിതത്തിൽ ചില ഒളിച്ചോട്ടങ്ങൾ ആഗ്രഹിക്കുന്നുണ്ടാകുമെന്നും അവർ അറിയിച്ചു.

പത്നിയുടെ ഇടപെടലിൽ തുരങ്കപ്പണി നിർത്തി മൂഷികൻ ആലോചനയിലാണ്ടു. ആലോചനകളിൽനിന്നും മുക്തി നേടാൻ ദീർഘരതിയിലേർപ്പെടാൻ അവൻ ഭാര്യാമൂഷികയെ ക്ഷണിച്ചു.

വെറും പത്രോസ്

പാതിരി പത്രോസ് ഒളിച്ചോടി കടൽത്തീരത്ത് വന്നിരുന്നു. അപ്പോൾ അയാൾ വെറും പത്രോസായി. കടൽത്തീരത്ത് കാറ്റാടിമരങ്ങൾ വളർന്നു നിന്നിരുന്നു. ചിലത് വേരോടെ പിഴുതുവീണുമിരുന്നു. പിഴുതുവീണ കാറ്റാടി മരത്തിന്റെ മറവിലിരുന്ന് അയാൾ ഉറക്കെ കരഞ്ഞു.

ഏറ്റവും നിസ്സഹായതയിലാണ് എല്ലാവരും വെറും മനുഷ്യരാകുന്നത്. പിന്തുടരാൻ ഒരു മൂഷികൻ പോലുമില്ലാതെ അയാൾ തനിച്ചായി. തിരമാലകൾ കാറ്റാടി വേരിനെ നനച്ചു. എന്നാൽ പത്രോസിന്റെ മേൽ ഒരു തുള്ളിപോലും വീഴ്ത്തിയില്ല. അതിനാൽ അയാൾ കടലേ എന്ന് നീട്ടിക്കരഞ്ഞു. കടലിനടിയിലെ മുന്തിരിത്തോപ്പിലേക്ക് അയാളുടെ കരച്ചിൽ ചെന്നുപെട്ടു. അത് ജലവേലികൾ പൊളിച്ചു. പിന്നെ അകത്തു കടന്ന് പളുങ്കുനിറമുള്ള മുന്തിരികൾക്കിടയിലൂടെ ഉടമയെത്തേടി ഉഴറി. കരച്ചിലിന്റെ ശോകാന്തരീക്ഷത്തിൽ കടൽജീവികൾ അത്ഭുതത്തോടെ വന്ന് എത്തിനോക്കി കടന്നുപോയി.

കരച്ചിൽത്തുണ്ട് പതിച്ച് മുന്തിരിത്തോട്ടത്തിന്റെ ഉടമ കണ്ണുതുറന്നു. അവൾ ദീർഘനാളായി ഒരു വലിയ കടൽമുന്തിരിമേൽ ചാഞ്ഞ് ഉറങ്ങുകയായിരുന്നു. അവൾ നഗ്നയായിരുന്നു. അവളുടെ മുലക്കണ്ണുകൾ വലിപ്പമേറിയ കറുത്തമുന്തിരിയുടേതുപോലെയായിരുന്നു. ദീർഘനാൾ ജലത്തിൽ വസിച്ചതിനാൽ അവളുടെ മേനിയിൽ മുത്തുകളും, പവിഴങ്ങളും കടൽച്ചെടികളും പറ്റിപ്പിടിച്ചിരുന്നു.

പത്രോസിന് ദാഹം വന്നു. അവൾ തന്റെ മുന്തിരിക്കണ്ണുകൾ പത്രോ

സിന്റെ വായിൽ വച്ചുകൊടുത്തു. പിന്നെ അവനെ ചുംബിച്ചു. പത്രോസിന്റെയുള്ളിൽ കടലിളകി. അവൻ കടലിലേക്ക് വലയെറിഞ്ഞു. പിന്നെ തന്റെ നീണ്ട നഖങ്ങൾകൊണ്ട് അവളുടെ മേനിയിലെ കടൽച്ചെടികളെ ഇളക്കാൻ തുടങ്ങി. ഇളകിയ ചെടിത്തുണ്ടുകൾ പത്രോസിന്റെ കടന്നൽതാടിയിലും, കാറ്റാടിയിലക്കാടുകളിലും വീണു പച്ചിച്ചു.

പത്രോസ് പൂഴിമേൽ നിസ്സഹായതയോടെ കിടന്നു. അവൾ കൂടുതൽ തിളക്കമാർന്നു. അവൾക്ക് ഉപ്പിന്റെ മണമായിരുന്നു. അവൾ പറഞ്ഞു. പ്രിയനേ നീ എന്റെ പുരുഷൻ. ഇത്രകാലവും ഞാൻനിന്നെ കാത്തിരുന്നു. എന്റെ മുന്തിരികൾ നിനക്കുവേണ്ടി ദാഹിച്ചുകൊണ്ടിരുന്നു.

അവൾ കടലിരമ്പംപോലൊരു ഒച്ച കേൾപ്പിച്ചു. ദീർഘകാലം രതിയിലേർപ്പെടാതിരിക്കുന്ന സ്ത്രീകൾ ചുംബനത്തിനു തൊട്ടുമുമ്പ് പുറപ്പെടുവിക്കുന്ന തീയിരമ്പമായിരുന്നു അത്. അതിൽ കാറ്റാടിമരങ്ങൾ കരിഞ്ഞുപോയി. അവൾ വന്യമായി അവന്റെ മുഖത്തും താടിയിലും നെഞ്ചിലും വയറിലും മുഖം ചേർത്തു. അവൾ ലഹരിയേറിയ വീഞ്ഞു കുടിക്കുംപോലെ അവനുതോന്നി. അവൻ കൈകളുയർത്തി പ്രാകൃതമായ എന്തൊക്കെയോ വാക്കുകൾ ഉച്ചരിച്ചു. ലിപികളില്ലാത്ത ഏതോ പ്രാചീനപ്രാർത്ഥനപോലെ അതു തോന്നിച്ചു. അവളുടെ വായിൽ മത്സ്യങ്ങളുടെ വായിലുള്ളതുപോലത്തെ വെളുത്തുകൂർത്തപല്ലുകൾ ഉണ്ടായിരുന്നു. കണ്ണുകൾക്ക് പോളയോ പീലിയോ ഉണ്ടായിരുന്നില്ല. അതുകൊണ്ടുതന്നെ ലോകാവസാനംവരെ ആ കണ്ണുകൾ തുറന്നുതന്നെയിരുന്നു. അവൾ മണലിലൂടെ പത്രോസിനെ കെട്ടിപ്പിടിച്ചുരുണ്ടു. അവരുടെ മേൽ മണൽത്തരികൾ പറ്റിപ്പിടിച്ചു.

ഒടുവിൽ പത്രോസ് വല ഉപേക്ഷിച്ച് എഴുന്നേറ്റ് നടന്നുപോയി.

അപ്പോൾ വളഞ്ഞുപുളഞ്ഞുപോകുന്ന തുരങ്കത്തിൽ ദീർഘരതി കഴിഞ്ഞ് ക്ഷീണിച്ചുകിടന്ന മൂഷികൻ ഇങ്ങനെ ആലോചിച്ചു. ഒരു പുരുഷന് സ്ത്രീ അനിവാര്യമാണോ?

സമാപ്തി

പിന്നെ മൂഷികൻ തലങ്ങും വിലങ്ങും തുരങ്കങ്ങൾ നിർമ്മിച്ചു. പത്രോസിന്റെ കാലടികൾക്കടിയിലൂടെ സമാന്തരപാത പണിയാനുള്ള അവന്റെ ശ്രമം വിജയിച്ചില്ല. മുൻപല്ലുകൾ കൊഴിഞ്ഞുവീണു.

എല്ലാ വേലിയേറ്റങ്ങളും ആകസ്മികമാണെന്ന തിരിച്ചറിവിൽ മൂഷികൻ കടലിലേക്കുപോയി. ജലം സ്വയം ഒരു തുരങ്കമായതിനാൽ മൂഷികൻ കർമ്മം ഒഴിഞ്ഞ് അവിടെ വിശ്രമിച്ചു.

ഏതോ പെൺപാമ്പിന്റെ വാലിൽ പിടിച്ചുതൂങ്ങി എലിപ്പത്രോസ് കടൽത്തീരത്തെത്തി. കീറത്തുണിയുടുത്ത എലിമണമുള്ള പത്രോസിനെ ആരോ ഭ്രാന്തൻ എന്നു വിളിച്ചുകൂവി. അറിവുകളുടെ ലോകത്ത് മനുഷ്യൻ സ്വയം ബഹിഷ്കൃതനാകും എന്ന തിരിച്ചറിവിൽ എലികളെ തിരഞ്ഞ് കടൽത്തീരത്തുകൂടി അലഞ്ഞ് ഏതോ തിരയ്ക്കൊപ്പം

അയാളും കടലിനെ പ്രാപിച്ചു.

പാതിരിപത്രോസ് എലിപ്പത്രോസിനായി പ്രാർത്ഥനകൾ ഉരുവിട്ടു. ആകാശത്തേക്ക് അയാളുടെ കൈകൾ വളർന്നു. അയാൾ എലിപത്രോസിനുവേണ്ടി എലികളെയും പാമ്പുകളെയും കടലിനുമീതേയ്ക്ക് വർഷിച്ചുകൊടുത്തു.

കടലിനുമീതെ മത്സ്യകന്യക മലർന്നു കിടന്നു. അവളുടെ മേനി നക്ഷത്രപ്രകാശത്തിൽ മിന്നിത്തിളങ്ങി. ആകാശത്തോളമുയർന്ന മുന്തിരിക്കണ്ണുകളിൽ പാൽപ്പൂവുകൾ മുളച്ചു. പിന്നെ തുളുമ്പിയൊഴുകി. അവ അരുവിയായും, പുഴയായും, സമുദ്രമായും നിറഞ്ഞുകവിഞ്ഞു. പുതിയ പത്രോസ് അതിൽ ആദിമ ജീവനായ അമീബയായി നീന്തിത്തുടിച്ചു.

കുമ്പസാരം

പക്ഷേ, സത്യം ഇതാണ്. പത്രോസിനെ എനിക്കറിയാം. അവൻ എനിക്ക് പ്രിയപ്പെട്ടവൻ. ലില്ലിപ്പൂക്കളെ സമ്മാനിച്ചവൻ. എന്റെ വിരലിന്മേൽ മൃദുവായി സ്പർശിച്ചവൻ. ഒരിക്കൽ തിളങ്ങുന്ന കറുത്ത കല്ലറകൾ ചൂണ്ടിക്കാട്ടി അവൻ പറഞ്ഞു. ഞാൻ രാത്രികളിൽ ഇവിടെ വന്നിരിക്കാറുണ്ട്. ഞാൻ മരിക്കുമ്പോൾ എന്നെ അടക്കുന്നത് ഇവിടെയാണ്. കല്ലറകൾക്കരികിലെ തരിശു സ്ഥലം എന്നിൽ അവനെ ചിരഞ്ജീവിയാക്കി. അത്രമേൽ നിസ്സംഗനായി അത്രമേൽ ആനന്ദവാനായി ആ വാക്കുകൾ ഉരുവിട്ട അവൻ എല്ലാം ഉപേക്ഷിച്ച് വിദൂരതയിലേക്ക് നടന്നുപോകുന്നത് ഞാൻ കാണുന്നു. ദൂരെദൂരെ ഇരുന്ന് പ്രാർത്ഥനകൾകൊണ്ടുമാത്രം ഇനി അവൻ എന്നെ തൊടും.

ഇപ്പോഴും എലികൾ അവനെ പിന്തുടരുന്നുണ്ടാകുമോ?

അതോ, വെറുതേ തുരന്നു നടക്കുന്ന എലികൾ അവന്റെ അടയാളങ്ങൾകണ്ട് ഭയപ്പെടുന്നുണ്ടാകുമോ?

കറുപ്പം ചെട്ടി

കറുപ്പം ചെട്ടി!

ഹൊ! എന്തു മനോഹരമായ പേര്.

ഇതിനുമുമ്പ് ഇങ്ങനെയൊരു പേര് ഞാൻ കേട്ടിട്ടില്ല.

ഇതുപോലെ അല്പമെങ്കിലും സാദൃശ്യമുള്ള ഒരാളെ ഞാൻ കണ്ടിട്ടില്ല.

അയാളുടെ മുഖത്തെ വസൂരിക്കലകൾ,

അതെന്നെ വല്ലാതെ ഭ്രമിപ്പിച്ചു.

ആഴമേറിയ മുഖച്ചുഴികൾ ഓരോന്നും എന്റെ ചുണ്ടുകൾകൊണ്ട് അടച്ചുവയ്ക്കാൻ തോന്നി.

വെറും തോന്നലല്ല.

ഉന്മാദത്തോന്നൽ!

എന്റെ മിഴികളിലെ തിളക്കം കൊണ്ടാകണം, എന്റെ അധരങ്ങൾ വിറകൊള്ളുന്നതുകൊണ്ടാകണം, ഞാൻ മുടി പിന്നെയും മാടിയൊതുക്കുന്നതുകൊണ്ടാകണം. മി ഐസക് സ്റ്റീഫന്റെ മുഖത്ത് ചെറുചിരി വന്നത്. വന്നപോലെ അതങ്ങ് തിരിച്ചുപോകുമെന്നറിയാം.

അതെന്തെങ്കിലുമാകട്ടെ.

എന്റെ കറുപ്പം ചെട്ടീ

നീ ലോകത്തിലേക്കും വച്ച് അതിസുന്ദരൻ

നിന്റെ തേൻനിറം

ഇടുങ്ങിയ തിളക്കമേറിയ മിഴികൾ.

തവിട്ടുനിറ കൃഷ്ണമണി

കൂട്ടുപുരികം

നടുവിലൂടെ വകുന്ന് ഇരുവശത്തേക്കും വിതിർത്തിയിട്ട ചുരുണ്ട

മുടി.

എന്റെ സ്വപ്നങ്ങളെ വന്യമാക്കുവാൻ പോന്ന രൂപഗാംഭീര്യം.

എത്രയോ കപ്പൽച്ചേതങ്ങളിൽ ഞാൻ കാത്തുനിന്നത് താങ്കളെയായിരുന്നു. പ്രിയ കറുപ്പം ചെട്ടി.

എനിക്കത് ഉറക്കെ വിളിച്ചു പറയാൻ തോന്നി.

കറുപ്പം ചെട്ടിയുടെ കൂട്ടുപുരികങ്ങൾ എന്നെ ഞെരിച്ചു.

ഇടുങ്ങിയ കണ്ണുകളിൽനിന്നും പുറത്തുവരാനാകാതെ ഞാൻ പിടഞ്ഞു. വസൂരിക്കലച്ചുഴിയിൽ മുങ്ങിത്താണു.

രാത്രിയിലെ കടലിന്റേതുപോലത്തെ തേൻനിറത്തിന് ഇമ ചിമ്മാതെ കാവലിരുന്നു.

മി. ഐസക് സ്റ്റീഫൻ എന്റെ പേർ ഉച്ചരിച്ചു.

അയാൾ തന്റെ കൈവശമുണ്ടായിരുന്ന ഫയലുകൾ ടീപ്പോയിൽ നിക്ഷേപിച്ചിട്ട് ലാപ് ടോപ് തുറക്കാൻ തുടങ്ങുകയായിരുന്നു. സത്യത്തിൽ ഐസക്കിന്റെ സാന്നിദ്ധ്യം ഞാൻ ശ്രദ്ധിച്ചതേയില്ല. ഞാൻ കറുപ്പം ചെട്ടിയിലായിരുന്നു.

പ്രപഞ്ചം മുഴുവൻ കറുപ്പം ചെട്ടിയിലൊതുങ്ങി നില്ക്കെ എന്റെ ഏകാഗ്രസ്വപ്നങ്ങളെ പേരുവിളിച്ച് ഇങ്ങനെ ഉണർത്തിയെടുക്കാതിരിക്കൂ ഐസക് ഞാൻ മൃദുവായി പറഞ്ഞു.

കറുപ്പം ചെട്ടിയുടെ പരിഭ്രമം എന്നെ മോഹിപ്പിച്ചു. അയാളുടെ നാസികമേൽ വിയർപ്പുതുള്ളികൾ പൊടിഞ്ഞു. അവയെ നാവുകൊണ്ട് ഒപ്പിയെടുക്കാൻ എനിക്ക് തോന്നിപ്പോയി.

വീണ്ടും ഐസക് എന്റെ പേരുവിളിച്ചു. ഒരു കോഫി തരൂ എന്ന് ആംഗ്യം കാട്ടി. ഉള്ളിലുണർന്ന നീരസം മറച്ചുവച്ച് ഞാൻ വേഗം മൂന്ന് ബ്രൂ കോഫിയെടുത്തു.

ഞാൻ പുതുതായി ഒരു വീട് പണികഴിപ്പിക്കുകയായിരുന്നു. മി. ഐസക് സ്റ്റീഫൻ ആണ് അതിന്റെ ആർക്കിടെക്റ്റ്. ഞങ്ങൾ കുറച്ചു കാലം പ്രണയം പോലത്തെ എന്തോ ഒന്നിലായിരുന്നു. വരച്ചുവച്ച കൃത്യമായ അളവുകൾ ഉള്ള ഒന്നായിരുന്നു ഐസക്കിന്റെ പ്രണയം. അതുകൊണ്ടുതന്നെ ഏതാനും നാളുകൾക്കുള്ളിൽ അളവുകളും ചതുരങ്ങളും ഭേദിച്ച് ഞാൻ പുറത്തുകടന്നു. ഐസക്കിനെ അത് അത്രയൊന്നും ബാധിച്ചില്ലെന്നു തോന്നി. കാരണം അളവുതെറ്റി വരയ്ക്കുന്ന പേപ്പറുകൾ അയാൾ ചുരുട്ടി വേസ്റ്റ്ബിന്നിലെറിഞ്ഞു. പിന്നെ പുതിയവ വരച്ചുണ്ടാക്കിക്കൊണ്ടിരുന്നു.

എന്നിട്ടും ഞാനും ഐസക്കും ഒരു ടേബിളിനപ്പുറവുമിപ്പുറവുമിരുന്ന് വൈൻ കഴിച്ചു. തമാശകൾ പറഞ്ഞു. ഉറക്കെച്ചിരിച്ചു. വീടിനെക്കുറിച്ച് ചർച്ച ചെയ്തു.

ഞാൻ കറുപ്പം ചെട്ടിക്ക് കോഫി നീട്ടി.

അയാളുടെ മുടിയിൽനിന്ന് എള്ളെണ്ണയുടെ മണം ഉയർന്നു.

ഇക്കാലത്ത് എള്ളെണ്ണ തേച്ച് നടക്കുന്ന പുരുഷന്മാരോ! ഞാൻ അതി

ശയിച്ചു.

ലോട്ടസ് ഹെയർ പെർഫ്യൂമിന്റെ സുഗന്ധം പ്രസരിക്കുന്ന എന്റെ മുടിയിഴകൾ കറുപ്പം ചെട്ടിയുടെ നാസികയ്ക്കരികിലേക്ക് ഞാൻ വിടർത്തിയിട്ടു.

അതിന്റെ ഗന്ധം അയാളെ ഉന്മത്തനാക്കിയിട്ടുണ്ടാകണം. തന്റെ എള്ളെണ്ണ മുടിയെ ഓർമ്മപ്പെടുത്തിയിട്ടുണ്ടാകണം.

"അമ്മാ ഉന്നുടെയ മുടിക്ക് നല്ലാ മണം!"

ചെട്ടി അറിയാതെ പറഞ്ഞുപോയതാകണം. ആ ശബ്ദം, പറഞ്ഞ രീതി, സുഗന്ധം ആവാഹിച്ച വിധം, ഇതൊക്കെ എന്നെ വല്ലാതെ മോഹിപ്പിച്ചു.

കാപ്പി മൊത്തിക്കുടിക്കുമ്പോഴും ചെട്ടിയുടെ നാസിക എന്റെ മുടിയുടെ ഗന്ധം ആവാഹിച്ചുകൊണ്ട് വിടർന്നുതന്നെയിരുന്നു.

"കോഫി റൊമ്പ ടേസ്റ്റ്. ഉന്നൈത്താൻ മാതിരി!" ചെട്ടി പറഞ്ഞു.

അപ്പോൾ ഐസക്ക് ചുമയ്ക്കുന്നതുപോലത്തെ എന്തോ ഒച്ച പുറപ്പെടുവിച്ചു. അത് അയാളുടെ സ്വതവേ അമർത്തിയ ചിരിയിൽനിന്നും തെറിച്ചുപോയതായിരുന്നു. ഞാൻ ഐസക്കിന്റെ കാപ്പിയിലേക്കു നോക്കി.

അയാൾക്ക് നന്നെ തണുത്ത കാപ്പിയാണ് ഇഷ്ടം. അതിന്റെ മീതെ പാടകെട്ടിക്കിടന്നാൽ അതിലേറെയിഷ്ടം. നാവുകൊണ്ട് പാട ചുഴറ്റിയെടുത്ത് ഭക്ഷിച്ച് തൃപ്തിയടഞ്ഞ് മെല്ലെ കാപ്പികുടിക്കും. ആ വിചിത്രമായ കാപ്പികുടി എനിക്ക് അരോചകമായി.

നിങ്ങൾ ഷാംപൂ ചെയ്യാറില്ലേ ?

കറുപ്പം ചെട്ടിയുടെ നെറ്റിയിലൂടെ പടരുന്ന എണ്ണയിലും അവിടെ വളർന്നുനില്ക്കുന്ന നാല് മുഖക്കുരുവുകളിലേക്കും കണ്ണോടിച്ച് ഞാൻ മെല്ലെ ചോദിച്ചു.

ഇത് എൻ പാട്ടിയിൻ ഇഷ്ടം. തലയിൽ എണ്ണതേച്ച് തരുവത് അവർ താൻ. അവർ താൻ എൻ കടവുൾ. അമ്മ, അപ്പ എല്ലാമേ എനക്ക് അവുങ്കതാൻ

കറുപ്പം ചെട്ടിയുടെ കണ്ണുകൾ നിറഞ്ഞു.

ഹൊ! എന്റെ കറുപ്പം ചെട്ടി നീയൊരു തൊട്ടാവാടിയാണോ.

നീ തലയിൽ തേച്ച എണ്ണയെ മാത്രമല്ല, ലോകത്തെ സകല എണ്ണകളേയും ഞാൻ സ്നേഹിക്കുന്നു. ഇതാ ഈ നിമിഷം മുതൽ എള്ളെണ്ണയുടെ മണമാണ് ലോകത്തിലേക്കുംവച്ച് എനിക്കേറെയിഷ്ടം.

ചെട്ടിയുടെ ചുണ്ടുകൾ വിടർന്നു. വസൂരിച്ചുഴികൾ താണു.

കറുപ്പം ചെട്ടീ........

സുന്ദരനേ

നീ സ്നേഹിക്കുന്ന എല്ലാറ്റിനേയും ഇന്നുമുതൽ ഞാനും സ്നേഹിക്കുന്നു.

ഐസക്കിന്റെ സാന്നിദ്ധ്യമില്ലായിരുന്നുവെങ്കിൽ കറുപ്പം ചെട്ടിയുടെ

എള്ളെണ്ണമുടിയിൽ ഞാനെന്റെ താമരഗന്ധമുടിയിഴകളെ കോർത്തു വച്ചേനെ.

കറുപ്പം ചെട്ടി ധരിച്ചിരുന്നത് ബ്രൗൺ നിറത്തിലുള്ള മുറിക്കൈയൻ ഷർട്ടും സാധാരണമട്ടിലുള്ള കറുത്ത പാന്റ്സുമായിരുന്നു. വേഷത്തിൽ പോലും പുതുമ ദൃശ്യമായിരുന്നില്ല. പക്ഷേ, അയാളുടെ കാൽനഖങ്ങൾ വെട്ടിയൊതുക്കിയതും അത്രമേൽ വെൺമയാർന്നതുമായിരുന്നു.

കറുപ്പം ചെട്ടീ

ത്വക്കിൽ തേൻ പുരട്ടിയോനേ

ഈ വെളുവെളുത്ത മേഘത്തുണ്ടുകളെ വിരൽത്തുമ്പിൽ ഇങ്ങനെ തൊട്ടുവച്ചതാരാണ്. കറുപ്പം ചെട്ടി ഒരു ഇന്റീരിയർ ഡിസൈനർ ആയിരുന്നു. അസാധാരണമായ അകം ഒരുക്കലുകൾ ആയിരുന്നു അയാളുടേത്.

ഐസക്കിന്റെ നിർദ്ദേശങ്ങൾ പലതും എനിക്കിഷ്ടമായില്ല. ഞങ്ങൾ തമ്മിൽ മിക്കവാറും തർക്കങ്ങൾ നടന്നു. അപ്പോൾ അയാളുടെ വെളുത്തു തുടുത്ത മുഖം പാടേ ചുവന്നു. പുകക്കറയേല്ക്കാതെ ചുവന്നു പോയ മേൽച്ചുണ്ടുകൾ അയാൾ അമർത്തിക്കടിച്ചു.

എന്റെയുള്ളിൽ നിറഞ്ഞുതുളുമ്പിയ വർണ്ണവിതാനങ്ങളെയും ഒരുക്കക്കൂട്ടുകളെയും ഐസക്കിനെ എങ്ങനെ പറഞ്ഞുമനസ്സിലാക്കണമെന്നറിയാതെ ഞാൻ കുഴങ്ങി. എന്റെ അതൃപ്തിയിൽ ഭർത്താവ് ചിരിക്കയും ഐസക് നിരാശപ്പെടുകയും ചെയ്തു.

അങ്ങനെയാണ് കറുപ്പം ചെട്ടി അവതരിച്ചത്.

ഇതാ! ഒറ്റനോട്ടത്തിൽ തന്നെ. കറുപ്പം ചെട്ടി, നിങ്ങൾ എന്നെ കീഴ്പ്പെടുത്തിയിരിക്കുന്നു.

എന്റെ സ്വപ്നഭവനത്തിന്റെ അകത്തളങ്ങൾക്ക് മാന്ത്രിക ചാരുതയേകാൻ ഇതാ നീ വന്നെത്തിയിരിക്കുന്നു.

"വാങ്കോ...."

കറുപ്പം ചെട്ടി പറഞ്ഞു.

ഇരുന്നയിടത്തുനിന്ന് ഒരു പെണ്ണിനെ എഴുന്നേല്പിച്ച് തന്റെ പിന്നാലെ നടത്തുന്നതിനുള്ള മാന്ത്രികത കറുപ്പംചെട്ടിയുടെ വാക്കുകൾക്ക് ഉണ്ടായിരുന്നു.

അറിയാതെയാണ് എഴുന്നേറ്റുപോയത്. കറുപ്പം ചെട്ടിയുടെ പിന്നാലെ വിധേയത്വത്തോടെ നടന്നുപോയപ്പോൾ, വെണ്ണനിറവും മീതെ ചെറുരോമങ്ങളുമുള്ള ഐസക്ക് വിരലുകൾ ഫയലിൽ തന്നെയോ എന്ന് ഞാൻ നോക്കിയതേയില്ല. നെറുകയിലൂർന്നുവീഴുന്ന ചെറുചുരുൾമുടികൾ അയാൾ പിന്നോട്ടൊതുക്കുന്നുവോ എന്ന് ഞാൻ ശ്രദ്ധിച്ചില്ല. ഒരുപാട് ആരാധികമാരെ സൃഷ്ടിച്ചിട്ടുള്ള അയാളുടെ വലംകവിളിലെ ചുഴിയും അതിനുള്ളിലെ കറുത്തമറുകും അതേ ചതുരക്കോട്ടയ്ക്കകത്തുതന്നെ നില്ക്കുന്നുവോ എന്ന് വെറുതെ ഓർക്കുകപോലും ചെയ്തില്ല.

"നാൻ ഇന്ത വീട് പാക്കട്ടുമാ....." കറുപ്പംചെട്ടി മൊഴിഞ്ഞു.

"ഇത് പഴയവീടാണ്. ഇവിടെന്തു കാണാൻ?" ഞാൻ സംശയിച്ചു. പുതിയ വീടിന്റെ പുതിയ സ്വപ്നങ്ങളുമായി വന്ന കറുപ്പം ചെട്ടി ഈ പഴയ വീടിന്റെ ഉള്ളറകളിൽനിന്ന് എന്ത് കണ്ടെടുക്കാൻ?

ഇങ്കെ എല്ലാമേ നീയിരുക്കെ. ഉൻ കനവിരുക്കെ!

എന്റെ കറുപ്പം ചെട്ടീ.

നീയെന്താണ് പറയുന്നത്.

ഈ വീട്ടിലെല്ലാം ഞാനുണ്ടെന്നോ. ഇവിടെയെല്ലാം എന്റെ സ്വപ്നങ്ങൾ നിറഞ്ഞിരിക്കുന്നെന്നോ?

ഇതൊക്കെ നീയെങ്ങനെ മനസ്സിലാക്കി?

പിൻവരാന്തയിൽ കഴുകിവിരിച്ചിരുന്ന പാന്റീസുകൾ കറുപ്പം ചെട്ടിയുടെ കണ്ണിലുടക്കി.

"എന്നമ്മായിത്? എല്ലാമേ ഒരേ മാതിരി. ഉങ്കളുക്ക് ബോറടിക്കില്ലെയാ? പാന്റീസ് കാൽകളിൻ കവിതൈ. അണിയുമ്പോഴുത് പൂപോൽ ഇരുക്ക വേണ്ടും.തൊടുമ്പോത് തൂവൽ ആക വേണ്ടും. കനവിൽ തേൻ തുടിക്കവേണ്ടും!"

ഞാൻ സ്തംഭിച്ചു നിന്നു. പക്ഷേ, എന്നെ അടിമുടി നോക്കി കാതിൽ ചുണ്ടുചേർത്ത് അയാൾ പറഞ്ഞു.

"ഉനക്ക് ചുവന്ന പൂവിതളിൻ പാന്റീസ് ചേരും."

നീ തീ പോൽ ജ്വലിക്കും!

റോസാപ്പൂവിതളുകളുടെ കത്തുന്ന ഓർമ്മയിൽ ഞാൻ പിടഞ്ഞു.

കറുപ്പം ചെട്ടി ശിരസ്സ് പിന്നിലേക്ക് ചായ്ച്ച് ഒരു മിന്നൽച്ചിരി ചിരിച്ചു. അപ്പോഴാണ് ഞാനത് ശ്രദ്ധിച്ചത്.

റോസാപ്പൂവിതൾ പോലത്തെ ചുണ്ടുകൾ!

റോസാച്ചുണ്ടുകൾ കടിച്ചമർത്തിക്കൊണ്ട് കറുപ്പം ചെട്ടി ഒച്ചതാഴ്ത്തി ചോദിച്ചു.

"നീ അങ്കെ സ്റ്റഡ് പോട്ടിറുക്കെയാ?"

ഹൊ! ഞാൻ അവിടെ സ്റ്റഡ് ധരിച്ചിട്ടുണ്ടോ എന്ന്! പൊടുന്നനെ അയാളുടെ വായ ഞാൻ പൊത്തി.

അർദ്ധചന്ദ്രാകൃതിയിലെ രണ്ടു ചുണ്ടിതൾ എന്റെ ഉള്ളം കൈയിൽ പതിഞ്ഞു.

പിന്നെ മുറികളിലൂടെ, ഇടനാഴികളിലൂടെ, ഞങ്ങൾ നടന്നു. ഇരുണ്ട മുറികളിൽ കറുപ്പം ചെട്ടി കയറുമ്പോൾ അവിടെ വെളിച്ചം നിറഞ്ഞു. ഓരോ മുറിയിലൂടെയും നടന്നുകയറി കറുപ്പം ചെട്ടി എല്ലാം അയാളുടേതാക്കി മാറ്റി.

ഗോവണി കയറി ഒരു പുരാതന നിലക്കണ്ണാടിക്കു മുന്നിൽ ഞങ്ങൾ നിന്നു. എന്റെ പിൻകഴുത്തിനെ പുളച്ചുകൊണ്ട് അയാളുടെ ശ്വാസം ആഞ്ഞു പതിച്ചു.

"ഇന്തമാതിരി ബ്ലാക്ക് ബ്രാ പോടാതെ. ഇത് ഉൻ ഹൃദയത്തെയും ചൂടാക്കും."

ഞാൻ പിടഞ്ഞുണർന്നു. സാരിത്തലപ്പുകൊണ്ട് ചുമൽ പുതച്ചു.

ഇങ്ങനെയൊരാൾ!

ആരുമിതേവരെയിങ്ങനെ......

ഞാൻ വല്ലാതെ ചൂളിപ്പോയി. എന്റെ മേൽച്ചുണ്ടിലെ നേർത്ത രോമങ്ങളും താടിയിലെ മുഖക്കുരുവും വിറകൊണ്ടു.

പക്ഷേ, നിലക്കണ്ണാടി തുടച്ചുകൊണ്ട് കറുപ്പം ചെട്ടി പറഞ്ഞു.

“ഉനക്ക് ബ്രാ വേണ്ട. അതില്ലാമൽ ഉൻ മുലൈകൾ അഴകാറുക്കെ. ബ്രായ്ക്കുള്ളിലേ അതുകൾ ഞെരുങ്ങുമ്പോഴുത് റൊമ്പ കഷ്ടം. ഫ്രീദം. നീ മുലൈകളെ പാത്തിട്ടില്ലെയാ. അവൈകൾ മനിതർ മാതിരി. യാരും കെട്ടിയിടറുത് അവൈകൾക്കു പുടിക്കാത്. അവൈകൾ ബേഡ്സ് മാതിരി. കൂട്ടിലടപ്പത് പുടിക്കാത്. മുലൈകൾ ചുരുട്ടിവച്ച ചിറകുകളാക്കും. പറക്കട്ടുമാ അവൈകൾ. നല്ലാ പറക്കട്ടുമാ.... പൊണ്ണുക്ക് ബ്രാ വേണ്ടെ!”

ദൈവമേ !

ഇയാൾ എന്തൊക്കെയാണ് പറയുന്നത്!

എന്റെ ചേല കാറ്റിൽ പറന്നുപോകുമ്പോലെ

കുപ്പായമഴിഞ്ഞുപോകുമ്പോലെ.

നെഞ്ചിൽ കൈകൾ പിണച്ച് ചൂളിയൊതുങ്ങി ചെട്ടിക്കുപിന്നിൽ ഞാൻ മറഞ്ഞുനിന്നു.

അയാൾ ഒന്നു തൊട്ടാൽ ഞാൻ അലിഞ്ഞുപോകും.

കറുപ്പം ചെട്ടിക്കായി ഞാൻ അത്രമേൽ ദാഹിച്ചു.

ഒരു പുരുഷനെ സ്ത്രീ എത്രമേൽ ആഗ്രഹിക്കുമോ അത്രമേൽ. ബ്രായുടെ മുറുക്കങ്ങളെ ഭേദിച്ചുകൊണ്ട് നിഴലുകൾ ഉണർന്ന് ചേലയെ ഉലച്ചു. റോസാപ്പൂവിതൾകൊണ്ട് നിർമ്മിച്ച അടിയുടുപ്പിൽനിന്ന് ഇതളുകൾ ഇളകിത്തെറിച്ചു. ഞാൻ കൊടുങ്കാറ്റായി. എന്നാൽ കറുപ്പം ചെട്ടി ഒരു കാറ്റിലും ഉലഞ്ഞില്ല. അയാൾ ഒന്നുമേ ശ്രദ്ധിക്കാതെ എന്റെ എഴുത്തുമുറിയിലേക്കു നടന്നുപോയി.

മേശപ്പുറത്തെ ഒതുക്കമില്ലാത്ത പുസ്തകക്കൂട്ടങ്ങൾക്കിടയിൽനിന്ന് പച്ചനിറത്തിലുള്ള കവറോടുകൂടിയ ഒരു പുസ്തകം. അയാൾ കൈയിലെടുത്തു.

“എന്നമ്മായിത്? ലിപ് ലോക്കാ? ഉങ്ക കവിതൈ?”

അയാൾ ചിരിച്ചു കൊണ്ട് അതിന്റെ പേജുകൾ മറിക്കാൻ തുടങ്ങി.

ഞാൻ ഞെട്ടിപ്പോയി. ഇത്രനേരവും എന്നോടു തമിഴിൽ സംസാരിച്ചുകൊണ്ടിരുന്ന കറുപ്പംചെട്ടി പുസ്തകച്ചട്ടയിൽ മലയാളത്തിലെഴുതിയിരിക്കുന്ന പേരു വായിക്കുന്നു. പുസ്തകം തുറന്ന് കവിത വായിക്കുന്നു! ഞാൻ അവിശ്വസനീയതയോടെ ചോദിച്ചു:

“മലയാളവും അറിയാം അല്ലേ? എന്നിട്ടാണോ ഇതുവരെ തമിഴിൽ......”

അയാൾ എന്നോട് മലയാളം പറയാഞ്ഞതിലെ പരിഭവം എനിക്കുണ്ടായി.

"എനക്ക് എല്ലാ ഭാഷയും തെരിയും."

"പിന്നെന്താ എന്റെ ഭാഷയിൽ എന്നോട് മിണ്ടാത്തത്?"

"ഉൻ ഭാഷയിൽ താൻ പേശുകിറേൻ"

"അല്ല. ഇത് തമിഴാണ്." ഞാൻ തർക്കിച്ചു.

നിജം ചെട്ടി മന്ത്രിച്ചു. പിന്നെ പറഞ്ഞു.

"കാതലിൻ ഭാഷ എന്നെ?
കനവുകളിൻ ഭാഷ എന്നെ?
കോപത്തിൻ ഭാഷ എന്നെ?
മരണത്തിൻ ഭാഷ എന്നെ?"

ആദിമ സംഗീതത്തിന്റെ ഏക ഭാഷപോലെ ആ വാക്കുകൾ എന്നിൽ കുളിർന്നു. പ്രണയത്തിന്റെ ഭാഷ ഏതെന്ന്? സ്വപ്നത്തിന്റെയും കോപത്തിന്റെയും ഭാഷ ഏതെന്ന്? മരണത്തിന്റെ ഭാഷ ഏതെന്ന്?

"കറുപ്പം ചെട്ടീ.....
എല്ലാമേ ഒന്നുതാൻ!" ഞാൻ പറഞ്ഞുപോയി.

കറുപ്പം ചെട്ടി എന്റെ നേർക്കുതിരിഞ്ഞു. ചുമലുകളിൽ പിടിച്ച് അഭിമുഖമായി നിർത്തി. പിന്നെ കണ്ണുകളിൽ ഉറ്റുനോക്കി അമർത്തിക്കുറുകി.

"എല്ലാമേ ഒന്നുതാൻ?"

എന്റെ കണ്ണുകൾ ദാഹിച്ചു. ചുണ്ടുകൾ ദാഹിച്ചു. ഉള്ളു ദാഹിച്ചു.

"ഉനക്ക് ഒരു ലിപ് ലോക്ക് തരട്ടുമാ?"

കറുപ്പം ചെട്ടിയുടെ ചുണ്ടുകൾ എന്റെ ചുണ്ടുകളെ തൊട്ടുതൊട്ടില്ലെന്നപോൽ.

അഴകാന ചുണ്ടുകൾ അയാൾ മന്ത്രിച്ചു.

ഇന്ത മറുക്! അയാൾ എന്റെ കീഴ്ചുണ്ടിന്റെ ഇടത്തേയറ്റത്തെ മറുകിലേക്ക് തന്റെ നാവിൻ തുമ്പ് കൂർപ്പിച്ചു.

എന്റെ മേൽച്ചുണ്ടിനു മീതെയുള്ള നീല രോമങ്ങൾ അയാളുടെ ശ്വാസം പതിച്ച് എരിഞ്ഞു കത്താൻ തുടങ്ങി.

തീ രോമങ്ങൾ അയാൾ ശ്വസിക്കുകയാണോ, മന്ത്രിക്കുകയാണോ, പൊള്ളിത്തുടുക്കുകയാണോ, എന്ന് എനിക്കറിയാൻ കഴിഞ്ഞില്ല.

കറുപ്പം ചെട്ടി, എൻ കാതലാ.

എന്റെ ചുണ്ടുകൾ നീ കടിച്ചുമുറിക്കൂ.....

അല്ലെങ്കിൽ വേണ്ട എന്നെയങ്ങ് കൊന്നു കളഞ്ഞേക്കൂ.

"ലിപ് ലോക്ക്," അയാൾ കുസൃതിയോടെ ചിരിച്ചുപറഞ്ഞ് പിന്നിലേക്ക് ഒഴിഞ്ഞുമാറി. പിന്നീട് നാവുകൊണ്ട് മേൽച്ചുണ്ട് നനച്ചു. എനിക്ക് തരാൻ വച്ച ഉമ്മകൾക്കുമേൽ ഉമിനീർ പുരണ്ടു.

എന്നെ തൊടാമോ, എന്റെ ഉമ്മകൾ എടുക്കാമോ എന്ന് കുസൃതി പൂണ്ട് അയാൾ പിന്നിലേക്ക് നീങ്ങി.

"ഒരു ആണ് ഒരു പൊണ്ണുക്ക് ഇതുവരെ കൊടുക്കാത്ത അപൂർവ്വ മുത്തം തെരിയുമാ ഉനക്ക്?"

"ഇല്ല... ഇല്ല... നീയത് തരൂ."

സകല ലജ്ജയും വെടിഞ്ഞ് ഞാൻ ആവശ്യപ്പെട്ടു.

കറുപ്പം ചെട്ടീ.

അപൂർവ്വ നിധിയുടെ സൂക്ഷിപ്പുകാരനേ....

ഒരു പുരുഷൻ ഒരു സ്ത്രീക്ക് ഇതേവരെ കൊടുത്തിട്ടില്ലാത്ത അപൂർവ്വ ചുംബനത്തിന്റെ ഉടയോനേ, നിന്റെ മാണിക്യമുത്തങ്ങൾ എനിക്കുനല്കിയാലും.

ഞാൻ കേണു

കറുപ്പം ചെട്ടി പുഞ്ചിരിച്ചു.

കൊതിപ്പുഞ്ചിരി.

പൊട്ടിച്ചിരിച്ചു.

കടൽച്ചിരി.

ഒരു പെണ്ണിനെ മുക്കികൊല്ലുവാൻ പോന്ന ചിരി.

എനിക്കു പിടിതരാതെ കറുപ്പം ചെട്ടി സ്റ്റെപ്സ് ഇറങ്ങി താഴേക്കു പോയി.

അയാളിൽനിന്നും അപൂർവ്വചുംബനം തൊട്ടെടുക്കാനായി ഞാൻ പിന്നാലെ കുതിച്ചു.

ഐസക് സ്റ്റീഫന്റെ ചുറ്റിനും ചുരുട്ടിയ പേപ്പറുകൾ നിറഞ്ഞു. അയാൾ ലാപ് ടോപ്പ് തുറന്നുവച്ച് ചിന്താകുലനാകുന്നതും നഖം കടിക്കുകയും പേനകൊണ്ട് മൂക്കിൻതുമ്പിൽ തട്ടുന്നതും കണ്ടു.

ഒരു വീടിനെ മോടിപിടിപ്പിക്കുവാൻ അയാൾ ഇത്രമേൽ ചിന്തിക്കുന്നതെന്തിന്?

അയാൾ ചെയ്യുന്ന ആദ്യത്തെ വീടൊന്നുമല്ലല്ലോ ഇത്.

ഷാഡോ എന്നായിരുന്നു ഐസക്കിന്റെ നിർമ്മാണക്കമ്പനിയുടെ പേര്.

വീടുകൾ എങ്ങനെയാണ് നിഴലുകളാകുന്നത്?

ഞാൻ ഐസക്കിനോട് ചോദിച്ചിരുന്നു.

എനിക്ക് നിഴലുകളെയല്ല, ജീവനുകളെയാണ് വേണ്ടത്. മുറിയിൽ കുളിർപോലെ മിനുത്ത ഒരു നിശ്ശബ്ദത നിറഞ്ഞു. ഏതോ വാദ്യോപകരണത്തിൽ നിന്നെന്നപോലെ ശ്വാസത്തിന്റെ ആരോഹണാവരോഹണങ്ങൾ ഉയർന്നു. കറുപ്പം ചെട്ടിയുടെ ശ്വാസകോശങ്ങളിൽ വായു സാന്ദ്രസ്വരം മീട്ടി.

അയാളുടെ വസൂരിച്ചുഴികളിൽ തേൻ കിനിഞ്ഞു. എന്നെ വലിച്ചടുപ്പിക്കുന്ന പ്രണയച്ചുഴികൾ. തവിട്ടുനിറമുഖത്തെ വിയർപ്പുകണങ്ങൾ. ഒക്കെ എന്നെ മദിപ്പിച്ചു.

എനിക്ക് നിന്റെ വസൂരിക്കലകളിൽ വിരൽ തൊടണം. ഞാൻ ആവശ്യപ്പെട്ടു. ചെട്ടിയുടെ വസൂരിമുഖം വിടർന്നു ജ്വലിച്ചു. അവയിൽനിന്നും ഓറഞ്ചുമഞ്ഞ പ്രണയക്കട്ടകൾ ഉരുകിയൊഴുകി.

എന്റെ ഭ്രാന്തൻ ആവശ്യം കേട്ട് ഐസക് പതിവുപോലെ ചുണ്ട് വലത്തേക്ക് ചായ്ച്ച് ചിരിച്ചു. അയാൾ അങ്ങനെ ചിരിച്ചപ്പോൾ അന്നാദ്യം

ഞാൻ ചോദിച്ചത് നിന്റെ ചുണ്ടിന്റെ വലംകോണിൽ ഞാനുമ്മവച്ചോട്ടേ എന്നായിരുന്നു.

അതിനു ഐസക് എന്തു മറുപടി പറഞ്ഞെന്നോ എന്തു സംഭവിച്ചെന്നോ ഞാനിപ്പോൾ ഓർക്കുന്നില്ല.

ഞാൻ കറുപ്പം ചെട്ടിയുടെ വസൂരിക്കലകളിൽ വിരൽതൊട്ടു. എന്റെ വിരലുകളെയും എന്നെത്തന്നെയും വലിച്ചെടുക്കാൻ പോന്ന അസാധാരണമായ ആകർഷണശക്തി ആ ചെറുഗർത്തങ്ങൾക്ക് ഉണ്ടായിരുന്നു.

"ഇന്ത വസൂരി അടയാളങ്ങളെ യാർക്കും ഇന്തമാതിരി പുടിക്കാത്. ഏൻ പാട്ടി എത്തനയോ മരുന്തരച്ച് ഇതുക്കുമേൽ പുരട്ടിയിറുക്കെ. ഏതാവത് ഒരു ചെയ്ഞ്ചും ഇല്ലൈ. ഉനക്ക് മട്ടും ഇത് പുടിച്ചിറുക്കേ"

അതെ.... എനിക്ക് ഇത് ഇഷ്ടപ്പെട്ടുവെന്ന്.

എന്റെ കറുപ്പം ചെട്ടീ
ഈ വസൂരിക്കലകൾ
ഈ കറുകറുത്ത ഗർത്തങ്ങൾ
നിന്നെ എത്രമേൽ സുന്ദരനാക്കുന്നുവെന്നോ

ഇവ നിന്റെ മുഖത്തില്ലായിരുന്നെങ്കിൽ ഞാനൊന്നു നോക്കുക പോലും ചെയ്യില്ലായിരുന്നു.

"കറുപ്പം ചെട്ടി ഒരു ഹസ്തരേഖാ വിദഗ്ദ്ധൻ കൂടിയാണ്."

ഐസക് പറഞ്ഞു. ഞാൻ നന്ദിപൂർവ്വം അയാളെ നോക്കി. അയാളുടെ കണ്ണുകൾ പക്ഷേ, ലാപ് ടോപ്പിലായിരുന്നു.

ഞാനെന്റെ ഇരു കരങ്ങളും കറുപ്പം ചെട്ടിക്കു നേരെ നീട്ടി.

"കറുപ്പം ചെട്ടീ, ഇതാ എന്റെ കരങ്ങൾ. നിന്നെ ഇതിൽ എവിടെയാണ് വരച്ചുചേർത്തിരിക്കുന്നത്. പറയൂ."

കറുപ്പം ചെട്ടി കണ്ണുകൾകൊണ്ട് എന്റെ ഇടംകൈത്തലം വലിച്ചടുപ്പിച്ചു.

അയാൾ എന്റെ കൈകൾ തന്റെ പരുക്കൻ കരങ്ങളാൽ പിടിച്ച് ഞെരിച്ചിരുന്നെങ്കിൽ എന്ന് ഞാൻ വല്ലാതെ ആഗ്രഹിച്ചു.

ചെട്ടിയുടെ ഇടംകൈയിലെ തള്ളവിരലിലെ നീണ്ട നഖം മാത്രം എന്റെ കൈരേഖകളിലൂടെ നീങ്ങി.

നീലാകാശത്ത് ഒരു മിന്നൽപ്പിണർ പ്രത്യക്ഷപ്പെട്ടാലെന്നപോലെ ഞാൻ പുളഞ്ഞു.

ഹൃദയരേഖ ചെട്ടി മന്ത്രിച്ചു.
എന്റെ ഹൃദയം ഞാനയാൾക്ക് സമർപ്പിച്ചു.
ബുദ്ധിരേഖ ചെട്ടി കുറുകി.
ഹാ! എന്റെ ചിന്തകൾ പോലും അയാളുടേതായി
ആയുർരേഖ ചെട്ടി ശ്വാസമടക്കി
ചെട്ടിയുടെ നഖം എന്റെ കൈ രേഖയിൽ തറഞ്ഞു.
എന്റെ ജീവൻ ഞാൻ ചെട്ടിക്ക് കൊടുത്തു.
കറുപ്പം ചെട്ടീ.....

മാന്ത്രികനേ
ഇനി എന്തുണ്ട് എനിക്ക്?
നീ എനിക്കല്പം ശ്വാസം തരൂ...
നിന്നെക്കുറിച്ചോർക്കാൻ അല്പം ചിന്തകൾ തരൂ...
നിന്നിൽ അലിയാൻ അല്പം പ്രാണൻ തരൂ.

എന്റെ കൈവെള്ളയിലെ ചെറുതും വലുതുമായ എല്ലാ രേഖകളിലൂടെയും ചെട്ടിയുടെ നഖം മാത്രം തലങ്ങും വിലങ്ങും പാഞ്ഞുകൊണ്ടിരുന്നു.

ചെട്ടിയുടെ റോസാച്ചുണ്ടുകൾ തുടിക്കുന്നത് ഞാൻ കണ്ടു.
അസാധാരണ ചുംബനം ഒളിപ്പിച്ചുവച്ചിരിക്കുന്ന ചുണ്ടുകൾ
ഐസക്കിന്റെ സാന്നിദ്ധ്യം വിസ്മരിച്ച് ഞാൻ ചുണ്ടുവിടർത്തി.

ഒരു പുരുഷൻ ഒരു പെണ്ണിന് ഇതേവരെ നല്കിയിട്ടില്ലാത്ത ആ ചുംബനം തരൂ...

ചെട്ടി തന്റെ മുഖം എന്റെ മുഖത്തോട് അടുപ്പിച്ചു.

കടൽപോലത്തെ മുഖം, തിരപോലത്തെ മുഖം, കാറ്റുപോലത്തെ മുഖം, ചുംബനങ്ങൾ ചേർത്തുവച്ച് നിർമ്മിച്ച ഒരു തിളങ്ങുന്ന ചുംബനക്കട്ടപോലെ കറുപ്പം ചെട്ടി.

"ഉങ്കവീട് പൂർത്തിയാകുമ്പോത് ഞാൻ അത് തരും."
ചെട്ടി സ്വപ്നത്തിലെന്നപോലെ പറഞ്ഞു.
പറ്റില്ല...
എനിക്ക് ഇപ്പോൾത്തന്നെ വേണം.
നീയെന്നെ കൊതിപ്പിച്ച്, തുടുപ്പിച്ച്....

വെറുതെയെങ്കിലും നിന്റെ ചുണ്ടുകൾ കൊണ്ട് എന്റെ മേൽ ഒന്നു തൊടൂ.

നിന്റെ കണ്ണുകളുടെ, വസൂരിക്കലകളുടെ, എള്ളെണ്ണയുടെ അടിമയാണു ഞാൻ

കറുപ്പം ചെട്ടിയുടെ ചുടുശ്വാസം എന്റെ മുഖത്തെ പൊള്ളിച്ചു.
"ഒരു കോഫി, പ്ലീസ്" ഐസക് വിളിച്ചു പറഞ്ഞു.

അയാളുടെ മുഖത്ത് അതുവരെയില്ലാത്ത സന്തോഷം കണ്ടു. ലാപ്ടോപ് അടച്ചുവച്ച്, ഫയലുകൾ അടച്ചുവച്ച്, കൈകൾ ശിരസ്സിനു പിന്നിൽ പിണച്ച് അയാൾ ഏതോ പാട്ടുമൂളി.

എല്ലാം കഴിഞ്ഞു.
നിന്റെ സ്വപ്നത്തിലെപ്പോലത്തെ ഡിസൈൻ ലഭിച്ചു.
അയാൾ പറഞ്ഞു.
ഞാൻ കറുപ്പം ചെട്ടിയെ നോക്കി.
ഇനി.

വളരെ പെട്ടെന്ന്..... വിലപിടിച്ച ആ ചുംബനം നിനക്ക് തരേണ്ടിവരും...

ഞാൻ ഐസക് കാണാതെ കറുപ്പം ചെട്ടിയെ അർത്ഥപൂർവ്വം കടാ

ക്ഷിച്ചു.

തരും.

കറുപ്പം ചെട്ടി കണ്ണുചിമ്മി അറിയിച്ചു.

കണ്ണുകളുടെ ഗൂഢവർത്തമാനങ്ങൾ, പ്രണയത്തിന്റെ ഇന്ദ്രിയ ഇമകൾ, ഞാൻ ഉല്ലാസവതിയായി.

വെള്ളിപ്പിടികളുള്ള ട്രേയിൽ കാപ്പി നിറച്ച മൂന്നുകപ്പുകൾ ഞാൻ എടുത്തു വച്ചു.

"എന്തിനാണ് ഇത്രയേറെ കോഫി? നേരത്തെതന്നെ രണ്ടെണ്ണം കുടിച്ചു. ഒന്നുമതി." ഐസക് കപ്പ് കൈയിലെടുത്തു.

കറുപ്പം ചെട്ടി എവിടെ? ഞാൻ ചുറ്റിനും തിരഞ്ഞു.

ഐസക് അയാൾ എവിടെ? ഞാൻ വേവലാതിയോടെ അന്വേഷിച്ചു.

"ആരുടെ കാര്യമാണ് നീ പറയുന്നത്?" ഐസക് തിരക്കി.

"ഐസക്കിന്റെ കൂടെ വന്ന.... ഇതുവരെ ഇവിടെ ഉണ്ടായിരുന്നല്ലോ?"

തണുത്ത കാപ്പിയിൽ ചുണ്ടുചേർത്ത് ഐസക് പറഞ്ഞു.

"എന്റെയൊപ്പം ആരും വന്നില്ല. ഇവിടെയെങ്ങും ആരുമില്ല."

ഇഷ്ടപുരുഷൻ

ഓരോ സ്ത്രീക്കും ഒരു ഇഷ്ടപുരുഷനുണ്ട്. ചിലപ്പോൾ അവൾ അയാളെ കണ്ടെത്തുന്നു. ചിലപ്പോൾ ഏതോ ജന്മത്തിലേക്ക് മാറ്റി വയ്ക്കപ്പെടുന്നു.

പ്രണയമൊഴി

അത് അവൻ തന്നെയായിരുന്നു!

എന്റെ

അറിയില്ല.

ചിലപ്പോൾ തോന്നലാകാം.

ഞാൻ ധൃതിയിൽ ഇരുകരങ്ങൾകൊണ്ടും അമർത്തി മുഖം തുടച്ചു. ചില മധുരപരിഭ്രമങ്ങൾ ഉണ്ടാകുമ്പോൾ ഇങ്ങനെ ചെയ്യാറാണ് പതിവ്.

എന്നെ ചേർത്തു പിടിക്കുന്ന അവന്റെ നോട്ടം

കോർത്തു പിടിക്കുന്ന ഹൃദയം

മത്തുപിടിപ്പിക്കുന്ന ഭാവം

ഒരു നിമിഷംകൊണ്ട് ഞാൻ അവനിലേക്ക് വീണുടഞ്ഞു.

ഇനി അവനിൽനിന്നും എന്നെ പെറുക്കിയെടുക്കാൻ ആർക്കും സാധിക്കില്ല.

ഇതാ, അവന്റെ ശ്വാസത്തെപ്പോലും ഞാൻ പകുത്തെടുത്തിരിക്കുന്നു.

അവന്റെ മുടിയിൽ ഒന്ന് അമർത്തിപ്പിടിക്കാൻ എന്റെ വിരലുകൾ വെമ്പൽകൊണ്ടു. എന്തു ഭംഗിയാണെന്നോ ആ മുടിയിഴകൾക്ക്. നീട്ടിവളർത്തി, സ്ട്രെയിറ്റ് ചെയ്ത് ബ്രൗൺ നിറം പകർന്ന്, നടുവിലൂടെ വകഞ്ഞ് ഇരുവശത്തേക്കും ചീകിയൊതുക്കിയിരിക്കുന്ന മുടി. ഇരു ചുമലുകളി

ലൂടെ പകുത്ത് നെഞ്ചിലേക്കു വിതിർത്തിരിക്കുന്നുമുണ്ട്.

എന്റെ അടക്കിവച്ചിരുന്ന ശ്വാസത്തിന്റെ കൊടുങ്കാറ്റിൽ, ഹൃദയതാളത്തിന്റെ പ്രണയ വേഗതയിൽ അവന്റെ മുടിയിഴകൾ തിരമാലകളായി. ഓരോ തിരയിഴകളിലൂടെ അവനറിയാതെ ഞാൻ നൂണിറങ്ങി. എന്റെ പ്രാണൻ കൊണ്ട് എല്ലാറ്റിനെയും ഒന്നൊന്നായി ബന്ധിച്ചു.

മെല്ലെ അവന്റെ കണ്ണുകളിലേക്ക് ഉറ്റുനോക്കി

എനിക്ക് വിശ്വസിക്കാൻ കഴിഞ്ഞില്ല.

തവിട്ടുനിറ കൃഷ്ണമണികളിൽ എന്നെ പതിച്ചു വച്ചിരിക്കുന്നു.

തന്റെ പുരുഷന്റെ മിഴികളിൽ സ്വന്തം പ്രതിബിംബം ദർശിക്കുന്നതുപോലെ ആനന്ദം ഒരു സ്ത്രീക്ക് വേറെ എന്താണുള്ളത്?

അവൻ ഭൂലോകത്തുനിന്നും എന്നെ അപ്രത്യക്ഷയാക്കി തന്റെ മിഴിഗോളങ്ങളിലേക്ക് ആവാഹിച്ചുകഴിഞ്ഞിരിക്കുന്നു. ഇനിയൊന്നു കൺപോള പൂട്ടിയാൽ മതി ഒരിക്കലും പുറത്തുകടക്കാനാകാത്തവിധം ഞാൻ പ്രണയബന്ധിത.

എന്റെ പ്രിയനേ

ഈ ബന്ധനത്തിൽ ഞാൻ അതീവ സന്തുഷ്ട.

എനിക്കിനി നിന്നിൽനിന്നും പുറത്തുവരേണ്ട.

അവന്റെ ചതുരാകൃതി മുഖച്ചുവരുകൾക്ക് ചാരുത പകർന്നുകൊണ്ട് ഭംഗിയിൽ വെട്ടിയൊതുക്കിയ താടിരോമങ്ങൾ.

എന്റെ പ്രണയോന്മാദമേ

ഇനി ഞാൻ നിന്റെ താടിരോമങ്ങൾക്കിടയിലൂടെ പതുങ്ങിക്കടന്ന്, ചുണ്ടുകളുടെ മൃദുവാതിലുകൾക്കിടയിലൂടെ ഞെരുങ്ങിക്കടന്ന്, ഉമിനീർരുചി അറിയും. രസനയുടെ രസതല്പത്തിൽ മദിച്ചുറങ്ങും. ദന്തനിരകളുടെ നോവാക്കടിക്കലുകൾക്ക് എന്നെ വിട്ടുകൊടുക്കും.

മനസ്സിലും മേനിയിലും അവനിങ്ങനെ നിറഞ്ഞു തുളുമ്പി നില്ക്കവേ പെട്ടെന്നൊരു കുസൃതിയുമ്മ വന്നെന്റെ കവിളിൽ മുളച്ചുനിന്ന മുഖക്കുരുവിനെ തൊട്ടു പറഞ്ഞു.

പെൺ കവിളിലെ മുഖക്കുരുവിന് മറുകിനേക്കാൾ ചന്തമുണ്ടെന്ന്.

ഓരോ മുഖക്കുരുവിലും ദാഹം നിറഞ്ഞ ഒരുമ്മ ഒളിച്ചുറങ്ങുന്നുണ്ടെന്ന്

പ്രണയം പതിച്ചുവച്ച ചുംബനമൊട്ടുകളാണ് ഓരോ മുഖക്കുരുവും എന്ന്.

കവിളത്തെ പ്രണയമൊട്ട് വിങ്ങിത്തുടുത്ത് മരതകപ്പൂവായി വിടർന്നു. അവന്റെ താടിരോമങ്ങൾക്കിടയിൽ പതുങ്ങിയിരുന്ന ചുണ്ടുകൾ ഇത്ര വേഗം ഞാനറിയാതെ അവനറിയാതെ പറന്നുവന്ന് എന്നെ അലിയിച്ചിറക്കിയെന്നോ...

എന്നെ വീണ്ടും വീണ്ടും കട്ടെടുക്കുന്ന അവന്റെ താടിച്ചില്ലകൾ.

താടി വളർത്തിയ പുരുഷന്മാർക്ക് ഒരു അലസ സൗന്ദര്യമുണ്ട്. താടി വളർത്താത്ത പുരുഷന്മാർക്ക് സ്ത്രീകളെ ഇക്കിളി പിടിപ്പിക്കാൻ ബുദ്ധി

മുട്ടാണ്. എന്നാൽ താടിക്കാർക്ക് അങ്ങനെയൊന്നുമില്ല.

ഒരു കുഞ്ഞുമ്മയിൽ പെണ്ണ് ഇക്കിളിപ്പെട്ടോളും. ഓരോ താടിരോമത്തിലും ഓരോ കൂർത്തുമ്മകൾ ഒളിച്ചിരിപ്പുണ്ട്. പിന്നെ ഒരു പോരായ്മയുള്ളത് നനവിടങ്ങളിൽ ചുണ്ടുചേർക്കാൻ അവൾ അനുവദിക്കില്ലയെന്നതാണ്. കൂർത്തുമ്മകൊണ്ട് ചോരപൊടിഞ്ഞാലോ!

ഈ വക താടിയുമ്മ ചിന്തകൾ വന്നെന്റെ ഉള്ളിലൊരു കള്ളയുമ്മ നിറച്ചു. എങ്കിലും അത് ഭദ്രമായി ഞാനങ്ങ് ഒളിപ്പിച്ചു.

പുരുഷനേക്കാൾ പലതും സമർത്ഥമായി ഒളിപ്പിക്കാനറിയുന്നത് സ്ത്രീകൾക്കാണ്.

മുന്നിലെ നീല കുഷ്യനുകളിട്ട കസേരചൂണ്ടി ഇരിക്കൂ എന്ന് അയാൾ മൃദുവായി ആജ്ഞാപിച്ചു. എന്നോ കേട്ടുമറന്ന പ്രിയപ്പെട്ട ആരെയോ ഓർമ്മിപ്പിക്കുന്നതായിരുന്ന ആ ശബ്ദം.

ഇരിക്കൂ എന്ന് അവൻ പറഞ്ഞപ്പോൾ തന്റെ ഹൃദയം തുറന്ന് തന്റെ പ്രണയ സിംഹാസനത്തിലേക്ക് ഉപവിഷ്ടയാകാൻ ക്ഷണിക്കുന്നതുപോലെയാണ് അനുഭവപ്പെട്ടത്.

എന്റെ പ്രണയ ഭാജനമേ
ഞാനിതാ ഇരുന്നുകഴിഞ്ഞു
ഒരു അടിമയെപ്പോലെ.

ഇനി മുതൽ ഞാൻ നിന്റെ വാക്കുകൾക്കനുസരിച്ച് ചലനങ്ങളെ ക്രമപ്പെടുത്തുന്നവൾ.

അപ്പോഴാണ് ഞാനദ്ദേഹത്തിന്റെ കുപ്പായം ശ്രദ്ധിച്ചത്.

ഒരു പ്രത്യേകതരം ഷർട്ട്. ജുബ്ബയും ഷർട്ടും ഇണചേർന്നുണ്ടായ പോലത്തെ ഒരു തരം. ഇളം വയലറ്റു നിറമുള്ള കോട്ടൺ തുണിയിൽ തീർത്തത്. ഷർട്ടിന്റെ തോളിലും ചുരുട്ടിവച്ച കൈമുട്ടിലും ഫ്ളാപ്പുകൾ, ബട്ടണുകൾ, പോക്കറ്റുകൾ തുടങ്ങിയവ നിറഞ്ഞ അലങ്കാരഷർട്ട്. അതിന് കാൽമുട്ടിന് തെല്ലു മുകളിൽവരെ ഇറക്കമുണ്ടായിരുന്നു. ടേബിളിനടിയിലൂടെ കള്ളക്കണ്ണു പായിച്ച് ഒക്കെയും ഞാൻ കണ്ടെടുത്തു.അവന്റെ കഴുത്തിനോട് ചേർന്നു കിടന്ന മാലയിൽ മനോഹരമായ ഒരു കുരിശ് ലോക്കറ്റ് ഉണ്ടായിരുന്നു. അതിൽ നിന്നും ഒരു ദിവ്യപ്രകാശം വന്നെന്റെ ആത്മാവിനെ തൊട്ടു പറഞ്ഞു.

പ്രണയിനീ. . .
നിന്റെ ആത്മാവിനെ അവന് ദാനം ചെയ്യുക.
ഞാൻ അനുസരണയുള്ളവൾ
സകലതും അവന് സമർപ്പിക്കുന്നവൾ
ഞാൻ ശിരസ്സുനമിച്ചു.
എന്റെ പ്രണയ പുരുഷാ
ഇനിമേൽ ഇവളില്ല.
ഇവളുടെ ശരീരമില്ല, മനസ്സില്ല.
സകലതും നിന്നിലേക്ക് പകർന്നിരിക്കുന്നു.

അവന്റെ നെഞ്ചിലേക്കെടുത്തിട്ടിരുന്ന ഭംഗിമുടി ബോഡിഷെയ്പ് ഷർട്ടിന്റെ നെഞ്ചോളം എത്തിനിന്നിരുന്നു. മുടിക്കു താഴെ നെഞ്ചിലെ കുഞ്ഞു മുലക്കണ്ണുകളുടെ നിഴലിപ്പ് തെളിഞ്ഞു. എന്തുകൊണ്ടോ നാലു മണിച്ചെടികളുടെ വിത്തുകളെയാണ് ഓർമ്മ വന്നത്. പൂക്കൾ കൊഴിഞ്ഞു വീഴുമ്പോൾ ഞെട്ടിൽ കറുത്ത നിറത്തിൽ മുത്തുകൾപോലെ ചെറു വിത്തുകൾ പതിഞ്ഞിരിക്കും. എത്രയോ തവണ ഞാനതു നുള്ളിയെടു ത്തിട്ടുണ്ട്. ഇപ്പോൾ അവന്റെ ഷർട്ടിനുള്ളിൽ മുളച്ചുനിൽക്കുന്ന മുത്തുമ ണികളെ നുള്ളിയെടുക്കണോ കടിച്ചെടുക്കണോ എന്ന്, മുറുക്കിപ്പിടിച്ച കൈകൾക്കുള്ളിലിരുന്ന് വിരൽമുനകളും ചേർത്തു പിടിച്ച ചുണ്ടുകൾക്കു ള്ളിലിരുന്ന് ദന്തമുനകളും മത്സരിച്ചു.

പുരുഷന്റെ മാറിനെ എന്തുപേരിട്ടു വിളിക്കണം? ഞാനാലോചിച്ചു. മാറിടം, മുല, സ്തനം ഇവയൊക്കെ മാദകത്വമുണർത്തുന്ന വാക്കുക ളാണ്. പെണ്ണിനുമാത്രം സ്വന്തമായുള്ള വാക്കുകൾ.

ആൺ ശരീരത്തിലെ ചില അവയവങ്ങൾക്ക് സ്ത്രീശരീരത്തിലെ ചില അവയവങ്ങളുടെ വിദൂരസാദൃശ്യമുള്ളതുകൊണ്ട് അവയെ ഒരേ പേരിട്ടു വിളിക്കുന്നതിലെ അനൗചിത്യം എന്നെ പിടികൂടി.

കണ്ണുകൾ അവന്റെ നെഞ്ചിൽ തറഞ്ഞു.

ആൺമുലകൾ അരിമുല്ലകളാണ് !

ബോഡിഷെയ്പ് ഷർട്ടിനുള്ളിൽ അരിമുല്ലക്കണ്ണുകൾ കൂർത്തുവന്നു. അതിന്മേലുള്ള വളഞ്ഞു പുളഞ്ഞ നേർത്ത രേഖകൾവരെ വ്യക്തം. അയാൾ ഉള്ളിൽ ബനിയൻ ധരിച്ചിരുന്നില്ല എന്ന് മനസ്സിലായി. കുരിശു മാലയ്ക്കു ചാരെ നെഞ്ചുരോമങ്ങളുടെ ചെറുതിര വന്നുതൊട്ട് ഉള്ളിലേക്ക് കടലിരമ്പങ്ങൾ സൃഷ്ടിച്ചു. ഒറ്റ നിമിഷംകൊണ്ട് അവന്റെ ഷർട്ടിന്റെ ബട്ട ണുകളെല്ലാം ഞാൻ പൊട്ടിച്ചെറിഞ്ഞു.

തന്റെ പ്രേമികയ്ക്കുമുന്നിലിരിക്കുമ്പോൾ
ഒരു പുരുഷനും
തൂവാലകൊണ്ടുപോലും ഒന്നും മറച്ചു പിടിക്കേണ്ട

അവൻ തന്റെ മനസ്സും ആത്മാവും ശരീരവും എല്ലാം അവൾക്കു മുന്നിൽ തുറന്നുവെയ്ക്കട്ടെ.

അവൾ അവനെ കണ്ണുകൊണ്ടും ചുണ്ടുകൊണ്ടും സ്വപ്നം കൊണ്ടും അലിയിച്ചില്ലാതെയാക്കട്ടെ.

എന്റെ പ്രിയനേ
ഞാൻ നിന്നെ
സ്നേഹിച്ചു തിന്നു തീർക്കുകയും
ലാളിച്ചു കുടിച്ചു തിർക്കുകയും ചെയ്യും.
നീ
എന്റെ ദാഹത്തിന്
ശമനം നല്കുന്ന കിണർ
ഞാൻ നിന്റെ നദികളിൽ

കുളിക്കുകയും
ചുഴികളെ സൃഷ്ടിക്കുകയും ചെയ്യും!...

അവന്റെ രോമനെഞ്ചിൽ ഒളിച്ചിരുന്ന മുന്തിരിക്കൊത്തുകൾ മധുരം കിനിഞ്ഞു. അവ മാറി മാറിത്തിന്ന് ലഹരി പിടിച്ച് ഞാൻ വീണു മയങ്ങി.

എന്റെ പ്രിയനേ
നിന്റെ രോമവനങ്ങളിൽ
ഇപ്പോഴുമൊളിച്ചിരിപ്പുണ്ട്
എന്റെ ഉമ്മച്ചുണ്ടുകളും
ഉമിനീർ പ്പുഴയും.

ഇപ്പോൾ അവനും ഞാനും മായാസ്വപ്നങ്ങളും നിറഞ്ഞ് ആ ഓഫീസ് റൂം ഭൂമിയിൽനിന്നും വളരെ അകലത്തുള്ള പ്രേമഗ്രഹ മായി മാറി.

പ്രണയിക്കുന്നവർ അങ്ങനെയാണ്.

അവർ ഭൂലോകത്തിനു പുറത്തായിരിക്കും.

അവർ ഭൂമിയിൽ നിന്നുകൊണ്ട് ഭൂമിക്കു പുറത്ത് പുതിയൊരു ഗോളം സ്ഥാപിച്ച് അതിൽ വാസമുറപ്പിക്കും. മറ്റു മനുഷ്യരെല്ലാം അവർക്ക് അന്യ ലോകജീവികൾ ആയിരിക്കും.

ഞാൻ മറ്റെല്ലാം മറന്നു കഴിഞ്ഞു. അവിടെ വന്നതിന്റെ കാരണം, അദ്ദേഹത്തെ കാണിച്ച് ഒപ്പിടുവിക്കുന്നതിനുള്ള പേപ്പറുകൾ, എല്ലാം എന്നിൽനിന്നും വളരെ ദൂരെയായിരിക്കുന്നു ഇപ്പോൾ.

ടേബിളിനടിയിലൂടെ കാണപ്പെടുന്ന നീല ജീൻസിലേക്കും ചന്ദന നിറത്തിലെ ഷൂവിലേക്കും ഞാൻ കണ്ണുതൊട്ടു.

ഇത്രകാലവും എന്നിൽനിന്ന് ഒളിച്ച് ഏത് അജ്ഞാത കേന്ദ്രത്തി ലാണ് നിങ്ങൾ വസിച്ചത്. എന്ന ചോദ്യം എന്റെ ശബ്ദകോശങ്ങളിൽ നിന്നും പുറത്തുവരാതെ അണച്ചുപിടിച്ചു.

അയാൾ എന്തോ ചോദിച്ചു

എനിക്ക് വ്യക്തമായില്ല. അയാളുടെ ചുണ്ടുകൾക്കിടയിൽനിന്നും പുറത്തുവന്നത് എന്നെ കത്തിപ്പിടിപ്പിക്കുന്ന തരം ഒച്ചയായിരുന്നു.

എന്നിട്ട് അദ്ദേഹം വിരലുകൾ കൊണ്ട് സ്വന്തം മുടിയുഴിഞ്ഞു.

മുടിയിൽ നിന്നൊരു ഗന്ധം പ്രസരിച്ചു

ആൺമുടിയുടെ ഉന്മത്ത ഗന്ധം.

ഒരു പെണ്ണിനുമാത്രം തിരിച്ചറിയാൻ കഴിയുന്ന ഗൂഢസുഗന്ധം.

എന്റെ നാസിക വിടർന്നു.

മുറിയിൽ ഇളം തണുപ്പായിരുന്നു. റോസാപ്പൂ മണമുള്ള റും ഫ്രെഷ്നർ മേലാകെ പൂവിതൾ വർഷിച്ചു. ആ മായാ സുഗന്ധത്തിനിടയിലും അവന്റെ മണം വേറിട്ടു നിന്നു.

പുരാവസ്തുവകുപ്പിന്റെ ഉടമസ്ഥതയിലുള്ള കോട്ടയുടെ ഒരു ഭാഗ ത്തായിരുന്നു ഓഫീസ്. പ്രാചീനമായ ആഢ്യത്വം അത് സൂക്ഷിച്ചിരുന്നു. കല്ലുകൾ പാകിയ ഇരുണ്ട തണുത്ത ഇടനാഴികളിലൂടെ. പുരാതന ശില്പ

വേലകൾക്കരികിലൂടെ കരിങ്കൽ തൂണുകളുടെ മിനുപ്പുകൾക്കിടയിലൂടെ നടക്കുമ്പോൾ എന്റെ ഇഷ്ടപുരുഷൻ പതിയിരിക്കുന്ന ഇടമാണിതെന്ന് ഞാൻ തിരിച്ചറിഞ്ഞതേയില്ല.

ഒരുവൾ തന്റെ ഇഷ്ടപുരുഷനെ കണ്ടെത്തിക്കഴിഞ്ഞാൽ ഒന്നിനും അവളെ അതിൽനിന്ന് വേർപിരിക്കാനാകില്ല.

കാലങ്ങൾ ഞാൻ ഓടിത്തളർന്നത്
കാത്തിരുന്നു കണ്ണുകഴച്ചത്
ഓരോരുത്തരിലും തെരഞ്ഞുനടന്നത്
നിന്നെ കണ്ടെത്താൻ വേണ്ടിയായിരുന്നെന്നോ?

ഒരു പെണ്ണ് എങ്ങനെയാണ് തന്റെ പ്രണയ ഇണയെ കണ്ടെത്തുന്നത്?

ഓഫീസ് മുറിക്കകത്ത് ചുവന്ന പരവതാനി വിരിച്ചിരുന്നു. കാലത്തിന്റെ പാദസ്പർശമേറ്റ് അതിന്റെ നിറം മങ്ങിയിരുന്നു. ടേബിളിൽ വസ്തുക്കൾ അലസമായി നിക്ഷേപിച്ചിരുന്നു. വിവാദങ്ങളുടെ പുസ്തകം, നിർവ്വചനത്തിന്റെ രൂപപരിണാമങ്ങൾ, മൈക്ക് ഒരു പക്ഷിയല്ല, വായിച്ചെടുക്കാൻ കഴിയാത്തത് തുടങ്ങി വിചിത്രമായ പേരുകളുള്ള പുസ്തകങ്ങൾ മേശപ്പുറത്തിന് ദുരൂഹത നിറച്ചു.

പിന്നിൽ ഒരു കാബിൻ ഉണ്ടായിരുന്നു. റോസ് നിറ കർട്ടനുകളാൽ അലങ്കരിച്ച ഗ്ലാസ് പേടകം. കത്തുന്ന റോസ് നിറം എനിക്ക് തെല്ലും ഇഷ്ടമായില്ല. കാബിന്റെ ഡോർ അല്പം തുറന്നു കിടന്നിരുന്നു. അതിലൂടെ പോളിഷ് ചെയ്തു മിനുസപ്പെടുത്തിയ മര ഉരുപ്പടികളുടെ അരികുകൾ കാണാൻ കഴിഞ്ഞു. അതൊരു വിശ്രമമുറിയായിരിക്കുമെന്ന് ഞാനൂഹിച്ചു. അതിൽ അലങ്കരിച്ച മനോഹരമായ ശയ്യയും തൂവൽ നിറച്ച തലയിണകളും ഉണ്ടാകും.

എന്നെ ഉറ്റുനോക്കിയിരുന്ന അദ്ദേഹത്തിന്റെ മുഖത്ത് ചെറുചിരി വിടർന്നു.

ചില പുരുഷന്മാർ അങ്ങനെയാണ്. ചെറുതായി ചുണ്ടുവിടർത്തിയാലും മതി. പിടിച്ചുതിന്നുന്ന പോലൊന്ന് അതിലുണ്ടാകും.

പിടിച്ചു തിന്നുക എന്ന് ഓർത്തപ്പോൾ തന്നെ എനിക്കും ചിരിവന്നു. തൂവാലകൊണ്ട് ഞാനതങ്ങ് തുടച്ചുകളഞ്ഞു.

ഏതൊരു സ്ത്രീയേയും പുരുഷനിലേക്കു ചേർത്തുപിടിക്കുന്ന ഒന്നുണ്ടാകും.

പ്രഥമ ദൃഷ്ടിയിൽത്തന്നെ എന്റെ ശ്വാസോച്ഛ്വാസത്തെ പിടിച്ചു നിർത്താൻ തക്ക എന്താണ് അദ്ദേഹത്തിലുള്ളത്? ഞാൻ തിരഞ്ഞു

പിന്നെ ഞാൻ ചിന്തിച്ചത് വിചിത്രമായ കാര്യമാണെന്ന് നിങ്ങൾക്കു തോന്നാം. സത്യമിതാണ്.

അദ്ദേഹത്തെ പിന്നിലെ കാബിനിലേക്ക് കൊണ്ടുപോകണം.

അതിലെ കൊത്തുപണിക്കട്ടിലിലെ വെള്ളിനൂലുകൾ പാകിയ വെണ്ണവിരിപ്പിന്മേൽ കിടത്തി ആ ശരീരത്തിലെ രോമങ്ങൾ മുഴുവൻ എണ്ണിയെടുക്കണം!

ഓർത്തപ്പോൾ തന്നെ ശ്വാസംമുട്ടൽ അനുഭവപ്പെട്ടു.

പുരുഷന് സ്ത്രീയേക്കാൾ കരുത്തുണ്ട്.

എത്ര കരുത്തുറ്റ പുരുഷനായാലും ഇത്തരം സന്ദർഭങ്ങളിൽ ഒരു പൂവിന്റെ ഭാരമല്ലേ ഉണ്ടാകൂ.

പുരുഷൻ പൂവിതൾ പോലെയാണെന്ന് ഏതു പെണ്ണിനാണ് അറിഞ്ഞുകൂടാത്തത്.

അയാൾ സംയമനത്തോടെ ഇരിക്കുന്നതായാണ് എനിക്കു തോന്നിയത്.

മറച്ചുപിടിക്കാൻ പുരുഷന്മാർക്കും വിരുതുണ്ട്.

എത്ര ഭാവഭേദങ്ങൾ പ്രകടമാക്കാതിരിക്കാൻ ശ്രമിച്ചാലും പെണ്ണിന്റെയുള്ളിലെ ഭാരമില്ലാതാകലുകളെ പുരുഷന് വളരെവേഗം തിരിച്ചറിയാനും കഴിയും.

എങ്കിലും എന്നെ മോഹിപ്പിക്കുന്ന ആൺമേനിയിലെ രോമവനങ്ങൾ.

എങ്ങനെ വേണം അവ എണ്ണിയെടുക്കാൻ?

തീച്ചുണ്ടുകൊണ്ട് എണ്ണണോ ? പ്രേമവിരൽ കൊണ്ട് എണ്ണണോ?

പെൺവിരലുകൾ പ്രണയത്തിന്റെ ചലനേന്ദ്രിയമാണ്. അവ തൊട്ടാൽ പൂക്കാത്ത ആണുടൽ ഉണ്ടാകില്ല.

എന്റെ കണ്ണുകൾ അദ്ദേഹത്തിലൂടെ സഞ്ചരിച്ചു.

ആഴനോട്ടങ്ങളിൽനിന്ന് ഉള്ളിൽ തിളച്ചുമറിയുന്നതൊക്കെ അവൻ തൊട്ടെടുക്കുമോ?

ആദ്യമായി കാണുന്ന പുരുഷന്റെ നഗ്നതകളിലെ ചുഴലിക്കാറ്റാകാൻ ഒരു സ്ത്രീ അതിയായി ആഗ്രഹിക്കാറുണ്ടോ?

അങ്ങനെയെങ്കിൽ അത്തരം ആഗ്രഹങ്ങളെ അവൾ എന്തിന് ഒളിച്ചുവയ്ക്കണം?

ഇഷ്ടം തോന്നുന്ന പുരുഷനെ അവൻ ശ്വാസംമുട്ടിപ്പിടയുവോളം അമർത്തിച്ചുംബിക്കുകതന്നെ വേണം.

അതിനാൽ അദ്ദേഹത്തെ ഒന്നു ബലാത്സംഗം ചെയ്താലോ എന്നൊരു കുസൃതിവിചാരം എന്നിലുണ്ടായി.

അതൊരു നല്ല ആശയമാണ്.

പുരുഷൻ അതിനെ എങ്ങനെ സ്വീകരിക്കും.

പെണ്ണിന്റെ ഇഷ്ടമില്ലാക്കടിക്കലുകളെപ്പോലും വിധേയത്വമോടെ സ്വീകരിക്കുന്ന പുരുഷന്മാരുണ്ട്.

അവളേല്പിക്കുന്ന ദന്തക്ഷതങ്ങളെ താലോലിച്ച് കൊണ്ടുനടക്കാറുമുണ്ട്.

എന്റെ ഇഷ്ടപുരുഷൻ അതെങ്ങനെ സ്വീകരിക്കും?.

ഇന്ന് ബലാത്സംഗം പുരുഷന്റെ പാരമ്പര്യകലയാണെന്നാണ് വയ്പ്. ഇര പ്രതികരിക്കരുതെന്നും വേട്ടക്കാർക്ക് അതിനാൽ ഉപയോഗിക്കുക മാത്രമല്ല ഇല്ലാതാക്കേണ്ടിയും വരുമെന്നുള്ള ഞെട്ടിക്കുന്ന വാക്കുകൾ അവൻ ലോകത്തോടു വിളിച്ചുപറയുകയും ചെയ്യുന്നു.

ഒരു സ്ത്രീക്ക് തന്റെ ശരീരത്തിന്റെ മേലും ലൈംഗികതയുടെ മേലും

അവകാശമില്ലാതിരിക്കുക എന്നത് എത്ര വിചിത്രമായ അവസ്ഥയാണ്.

ശരീരാധിനിവേശങ്ങളുടെ ധാർമ്മികസ്ഥലികളിൽ ചിന്തകൾ നിറഞ്ഞുനിന്നു.

അപ്പോൾ ഒരു സ്ത്രീ, പുരുഷനെ റേപ്പ് ചെയ്താൽ എങ്ങനെയിരിക്കും?

അവളുടെ ഉള്ളുതൊട്ടുള്ള ഉൽക്കടമായ ശരീരാഭിനിവേശത്തെ അവൻ എങ്ങനെയാകും സ്വീകരിക്കുക.

പെൺ റേപ്പ് ഒരു സ്ത്രീകലയൊന്നും അല്ലാത്തതുകൊണ്ട് ഇതിൽ സ്ത്രീ, വേട്ടക്കാരിയാകുമോ ഇരയാകുമോ എന്നൊരു സന്ദേഹവും വന്നുപെട്ടു.

വേട്ടക്കാരിയും ആണിരയും

ഓർത്തപ്പോൾ ഒരു രസമൊക്കെ തോന്നി.

ആ നീളൻ മുടിക്കാരനെ റേപ്പ് ചെയ്ത് നെറ്റിയിലെ വിയർപ്പ് വിരൽ കൊണ്ട് തുടച്ചെറിഞ്ഞ് അവനെ പുച്ഛത്തോടെയും മധുരത്തോടെയുമൊന്ന് നോക്കി അഴിഞ്ഞുലഞ്ഞ മുടി വാരിക്കെട്ടി വച്ചുകൊണ്ട് റോസ് കർട്ടനുകൾ വകഞ്ഞ് ഒരു വിജയിയെപ്പോലെ പുറത്തേക്കുവരുന്ന വേട്ടക്കാരി!

സ്വപ്നങ്ങളുടെ തീ പിടിച്ച ആകാശത്തിലൂടെ ഞാൻ സഞ്ചരിച്ചു.

അയാൾ എന്തൊക്കെയോ ചോദിച്ചു.

ഒറ്റ വാക്കുകളും എന്റെ കാതോരം എത്തിയില്ല.

ആ ചുണ്ടുകളുടെ ചലനങ്ങൾ

ഹാ! ഏതു മായിക നിദ്രയിലാണ് ഞാൻ

പെട്ടെന്ന് ഓഫീസ് ഫോൺ ശബ്ദിച്ചു. ഞാൻ പിടഞ്ഞുണർന്നു . ടെലഫോണുകൾ അങ്ങനെയാണ്. അതിനൊരാളുടെ മനോവ്യാപാരങ്ങളെ ഒരിക്കലും തിരിച്ചറിയാൻ കഴിയില്ല. അല്ലെങ്കിൽ സന്ദേഹവും പ്രണയവും വന്ന് ഒരേനേരം പിടികൂടിയിരിക്കുന്നതിനിടയ്ക്ക് അനാവശ്യസന്ദേശങ്ങളുമായിവന്ന് അതിങ്ങനെ മുട്ടിവിളിക്കുമോ.

അദ്ദേഹം ഫോണെടുത്ത വിധം, വിരലുകളാൽ റിസീവർ മുറുകെപ്പിടിച്ച വിധം, ഓരോ ചെറുവാചകവും ഉച്ചരിച്ചിട്ട് അവസാനിപ്പിച്ച വിധം, ശിരസ്സ് അല്പം ഇടത്തേക്കു ചായ്ച്ച വിധം, വർത്തമാനത്തിനിടയ്ക്ക് കൃഷ്ണമണികൾ ചലിപ്പിച്ച വിധം, വലംകൈയിലെ പേനകൊണ്ട് മുന്നിലെ കടലാസിൽ വരകൾ കോറിയ വിധം.

ഹൊ! എല്ലാവിധങ്ങളും കൂടി എന്റെ സമനില തെറ്റിച്ച വിധം.

അത്രയേ എനിക്കു പറയാൻ കഴിയൂ.

ഞാൻ എത്രമേൽ സംയമനം പാലിച്ചാണ് അവിടെ ഇരിക്കുന്നതെന്നോ!

അദ്ദേഹം ഫോൺ തിരികെ പ്രതിഷ്ഠിച്ചപ്പോഴേക്കും ഞാൻ സർവ്വതും മറന്നുപോയിരുന്നു.

ചിലപ്പോൾ അങ്ങനെയാണ്.

ഒന്നു നിറയുമ്പോൾ മറ്റുള്ളതെല്ലാം ഒഴിഞ്ഞുപോകും.

എന്റെ പ്രേമഭാജനമേ
എന്റെയുള്ളിൽ നീ നിറഞ്ഞു കവിയുന്നു.

പെണ്ണിന്റെ ഹൃദയത്തെ നിറയ്ക്കാൻ പുരുഷന് എങ്ങനെയാണ് കഴിയുന്നത്.

എല്ലാമെല്ലാം എന്നിൽ നിറച്ചു തന്നിട്ട് നീയെന്തിനാണ് ഇങ്ങനെ മിണ്ടാതിരിക്കുന്നത്.

എന്റെ പ്രണയഹൃദയം, പ്രണയശരീരം, പ്രണയ സ്വപ്നം എല്ലാം നിനക്കായി ദാഹിക്കുന്നു. ഞാനും അറിയുന്നുണ്ട്.

നിന്റെ വിരൽ വിറയലുകൾ
കൺപീലിത്തിടുക്കങ്ങൾ
മുടിയൊതുക്കലുകൾ
പിന്നെയും പിന്നെയുമുള്ള ഷർട്ടിന്റെ ചുളിവു വിതിർക്കലുകൾ.

ഷൂവിട്ടു മറച്ചുവച്ച കാല്പാദങ്ങളിൽ നിന്ന് മിന്നലുകളുടെ ഉയർന്നു പോകലുകൾ, ശ്വാസത്തിന്റെ രഹസ്യവേലിയേറ്റങ്ങൾ.

പ്രിയനേ
ഇനിയും ഏറെനേരം ഇവിടെയിരുന്നാൽ
രതിലോകത്തിന്റെ നിലവറകൾ ഞാൻ തുറക്കും.
അവന്റെ അനുവാദമില്ലാതെ തന്നെ
അതിനാൽ ഞാൻ തിടുക്കപ്പെട്ട് അവിടെ നിന്നിറങ്ങി.

അവൻ എന്നെ പേരെടുത്ത് വിളിക്കുന്നുണ്ടായിരുന്നു. ആ തീവ്രശ്വാസം എന്നെ അടിമുടി വരിഞ്ഞുമുറുക്കി. ശബ്ദത്തിലെ പ്രണയതീക്ഷ്ണത ഞാൻ തിരിച്ചറിഞ്ഞു.

എങ്കിലും ഞാൻ തിരിഞ്ഞു നോക്കിയതേയില്ല.
ബദ്ധപ്പെട്ട് കാലുകൾ മുന്നോട്ടുവച്ചു.
നോക്കിയാൽ ചിലപ്പോൾ
ആ കവിൾ ആപ്പിൾപോലെ കടിച്ചു ഞാൻ ...
ആണുടലിലെ എണ്ണിത്തീർക്കാനാകാത്ത രോമങ്ങളെ ഞാൻ
ഇടനാഴികളും തൂണുകളും കൽപ്പടവുകളും കടന്ന് ഞാൻ മുറ്റത്തെത്തി.
ആകാശം, കാറ്റ്, മേഘം എല്ലാം അവനായി മാറിയിരിക്കുന്നു.
ഇല്ല
അവനെ വിട്ടിട്ടു പോരാൻ എനിക്കിനി കഴിയില്ല
അവനും കഴിയില്ല
പ്രണയത്തിന് പ്രാണവായുവിനേക്കാൾ കരുത്തുണ്ട്.

അല്ലെങ്കിലും ഒരേ ജീവശ്വാസം ഒന്നോടെ പകുത്തെടുത്ത ഞങ്ങൾക്കിടയിൽ ഇനി മറ്റെന്ത്.

വാകത്തണലിൽ എന്റെ കാർ വിശ്രമിക്കുന്നുണ്ടായിരുന്നു. വാഹനത്തിലേക്ക് കയറാതെ മരച്ചുവട്ടിൽ ഞാൻ കാത്തിരുന്നു. അവൻ പുറത്തു വരുമ്പോൾ പിടിച്ചുവലിച്ച് കാറിലേക്കിട്ട്...

അതെ. അതിനുവേണ്ടിത്തന്നെ.

ജോസഫ് ജോസഫ് അഥവാ..

(ഇതിനെ കഥയെന്നോ ജീവിതമെന്നോ സ്വപ്നമെന്നോ വിളിക്കാം. ഇതിലെ മനുഷ്യർ എന്റെ ഭാവനമാത്രമാണ്.

ആമുഖം :- ജെ ജെ യെക്കുറിച്ച് എന്നോടു പറഞ്ഞത് അനിയാണ്. അനിയുടെ പിതാവ് മരണപ്പെട്ടുപോയ ദിവസങ്ങളിലായിരുന്നു അത്. പിതാവിന് എൺപത്തിനാലുവയസ്സുണ്ടായിരുന്നു. എങ്കിലും അദ്ദേഹം ആരോഗ്യവാനും നാട്ടിലെ അറിയപ്പെടുന്ന വ്യക്തിത്വവുമായിരുന്നു. ഒരിക്കൽ പരിചയപ്പെടുന്നവരിൽ തന്റെ സ്നേഹവാത്സല്യങ്ങൾ നിക്ഷേപിക്കുന്നതിൽ ശ്രദ്ധാലുവുമായിരുന്നു.

അസാധാരണമായ പിതൃ-പുത്ര ബന്ധമാണ് തനിക്കും പിതാവിനുമിടയിൽ ഉണ്ടായിരുന്നത് എന്ന് അയാൾ തിരിച്ചറിഞ്ഞ നാളുകളായിരുന്നു. ഓരോ പിതാവും തന്റെ പുത്രനിൽ അറിഞ്ഞും അറിയാതെയും സ്നേഹത്തിന്റെ തീരാനിധി നിക്ഷേപിച്ചിട്ടാണ് മറഞ്ഞുപോകുന്നത്.

പിതാവിന്റെ അസ്ഥികലശം താൻ ജീവിച്ചിരിക്കുന്ന കാലത്തോളം സാന്നിദ്ധ്യവും കരുത്തുമായി തനിക്കൊപ്പമുണ്ടാകണമെന്ന് അനി ശഠിച്ചു. പക്ഷേ, അത് അപ്രായോഗികമാണെന്ന പരികർമ്മിയുടെയും ബന്ധുമിത്രാദികളുടെയും നിർദ്ദേശത്തിന് അയാൾക്ക് വഴങ്ങേണ്ടിവന്നു.

ഏതാനും വർഷങ്ങളായി അനി പുതിയ വീട് പണികഴിപ്പിച്ചിട്ട്. രണ്ടു നിലകളിലുള്ള മനോഹര ഭവനം. അതിനുമുന്നിൽ അല്പം വലത്തേക്കുമാറി ഒരു പഴയവീടിന്റെ പാതിപൊളിച്ച അവശിഷ്ടങ്ങളുണ്ട്. അത് അനിയും സഹോദരിയും ജനിച്ചു വളർന്ന, അവരുടെ പിതാവ് പണികഴിപ്പിച്ച വീടായിരുന്നു. പുതിയ ഗൃഹനിർമ്മാണത്തിന്റെ ഭാഗമായി പിതാവിന്റെ അനുമതിയോടെ തന്നെ അത് പൊളിച്ചുകൊണ്ടിരുന്നപ്പോൾ അദ്ദേഹത്തിന് നെഞ്ചുവേദന അനുഭവപ്പെട്ടു. അതിനാൽ പുതുഗൃഹത്തിന്റെ

ചുറ്റുപാടുകൾക്ക് അഭംഗി പകരുന്നതായിരുന്നിട്ടും അയാൾ തന്റെ പിതാവിനോടുള്ള കരുതലും സ്നേഹവുമായി അത് നിലനിർത്തുകയായിരുന്നു.

വൃദ്ധജനങ്ങൾ വല്ലാതെ അവഗണിക്കപ്പെടുന്ന ഇക്കാലത്ത് അനിയുടെയും പിതാവിന്റെയും സ്നേഹബന്ധം എന്നെ അത്ഭുതപ്പെടുത്തി അനി വിവാഹിതനും പതിനഞ്ചും പത്തും വയസ്സുള്ള രണ്ട് ആൺ മക്കളുടെ പിതാവുമായിരുന്നു. ഒരു സന്ധ്യക്ക് തന്റെ പിതാവിനെക്കുറിച്ചുള്ള തീരാ ഓർമ്മകൾ പങ്കുവച്ച് മുറ്റത്തെ തുളസിച്ചെടികൾക്കരികിലൂടെ നടക്കവേയാണ് അനി എനിക്ക് അച്ചോവിയെ പരിചയപ്പെടുത്തിത്തന്നത്. അച്ചോവി എന്നത് അയാളുടെ വിളിപ്പേരാണ്. പ്രായഭേദമെന്യേ എല്ലാവരും അയാളെ അങ്ങനെ വിളിച്ചു.

അച്ചോവി ഒരു അസാധാരണ മനുഷ്യനായിരുന്നു. ചീഞ്ഞഴുകിയ മൃതശരീരങ്ങൾ സ്വന്തം കൈകൊണ്ട്, ഒരറപ്പുമില്ലാതെ പൂക്കളെയെന്നപോലെ വാരിയെടുക്കും. അതുകൊണ്ടുതന്നെ അന്നാട്ടിൽ ഏതുതരം മരണം നടന്നാലും അയാൾ സ്ഥിരം സാന്നിദ്ധ്യമായിരുന്നു. അച്ചോവി കറുത്തുമെലിഞ്ഞ് പൊക്കമുള്ള ഒരാളായിരുന്നു. ലുങ്കിയും പാകമല്ലാത്ത അല്പം വലിയ ഷർട്ടുമായിരുന്നു വേഷം. വെളിച്ചത്തിന് പുറംതിരിഞ്ഞ് നിന്നത് കൊണ്ട് അടിമുടി ഇരുളിമ പടർന്ന ശിലാരൂപം പോലെ അയാളെ തോന്നിച്ചു. എങ്കിലും കണ്ണുകൾക്ക് മൂർച്ചയേറിയ തിളക്കമായിരുന്നു. ഇരുട്ടിലെ മിന്നാമിന്നികൾ പോലെ. അയാളിൽ നിന്ന് അത്ര രൂക്ഷമല്ലാത്തൊരു മദ്യഗന്ധം പ്രസരിച്ചു. അയാൾ കുനിഞ്ഞ് ഒരു പിടി മണ്ണുവാരി എന്റെ നേർക്കുചൊരിഞ്ഞ് അനുഗ്രഹം നല്കി.

അച്ചോവിയുടെ പ്രാക്തനമായ അനുഗ്രഹാശിസ്സുകളുടെ അർത്ഥമറിയാതെ ഞാൻ ശിരസ്സുനമിച്ചു. ശ്മശാനവാസികളായ താന്ത്രിക സന്ന്യാസിമാരുടെ വിചിത്രമായ ആരാധനകളുടെ അകം പൊരുളുകളിലേക്കെന്നപോലെ ഞാൻ മണൽത്തരികളിൽ നോക്കിനിന്നു. ഏതോ ആദിമ പ്രാർത്ഥനയുടെ ഇളംകാറ്റ് എന്നെ കടന്നുപോയി. നഗരമനുഷ്യർക്കിടയിൽ രഹസ്യ പരിഹാസപാത്രമായ അച്ചോവി അവധൂതനെന്നപോലെ നടന്നു മറഞ്ഞു.

അന്നേരമാണ് അനി എന്നോട് ജെ ജെ യെക്കുറിച്ച് പറഞ്ഞത്.

ജെ ജെ:- ജെ ജെ ചുവപ്പുരാശി പടർന്ന രണ്ടു വലിയ കണ്ണുകളായിരുന്നു. ആ കണ്ണുകളിലേക്കുനോക്കി ജീവിതമില്ലായ്മയെ വായിച്ചെടുക്കാൻ ഞാൻ ഒരു വിഫലശ്രമം നടത്തി.

ചില നേരങ്ങളിൽ നമ്മൾ അറിഞ്ഞുമറിയാതെയും മറ്റുള്ളവരുടെ ജീവിതത്തിലൂടെ സഞ്ചരിക്കാറുണ്ട്.

മനുഷ്യൻ ഒരു വിചിത്ര ഭൂമികയാണ്. അവനിലൂടെയുള്ള യാത്ര ഒരേ സമയം വിസ്മയിപ്പിക്കുകയും ഭീതിപ്പെടുത്തുകയും ആനന്ദിപ്പിക്കുകയും ചെയ്യുന്നു. അച്ചോവിയിലൂടെ സഞ്ചരിക്കണമെന്നാണ് ഞാൻ ആഗ്രഹിച്ചത്. എന്നാൽ അയാൾ മിന്നൽക്കൊടിപോലെ ആയിരുന്നു. എവിടെയെങ്കിലും മരണമുണ്ടായാൽ മാത്രമേ അയാൾ പ്രത്യക്ഷപ്പെട്ടിരു

ന്നുള്ളൂ. മറ്റു സമയങ്ങളിൽ അയാൾ എവിടെയാണെന്ന് ആർക്കുമറിയാമായിരുന്നില്ല. ഏകാകിയായ ആ മനുഷ്യന്റെ സഞ്ചാരപഥങ്ങളിലേക്ക് മറ്റുള്ളവർ കണ്ണയച്ചിരുന്നുമില്ല.

അതിനാൽ ഞാൻ ജെ ജെയിലൂടെ സഞ്ചരിക്കാൻ തീർച്ചപ്പെടുത്തി. അയാൾ വിചിത്രമനുഷ്യനാണെന്ന് പലരും ആരോപിച്ചു. എന്നാൽ എനിക്കങ്ങനെ തോന്നിയില്ല. അതൊക്കെ ഒരു നിസ്സഹായ ജീവിതത്തിന് മുഖംതിരിച്ചു നില്ക്കാനുള്ള മനുഷ്യ പ്രവണതയായി മാത്രമേ ഞാൻ കണ്ടുള്ളൂ. നിസ്സംഗരാകുന്നതിന് പല ഉപാധികളും ആധുനിക മനുഷ്യർ പ്രയോഗിക്കാറുണ്ട്. ഒരാളെ പുറംതള്ളുന്നതിന് സ്വീകരിക്കുന്ന മാന്യമായ ചില മാർഗ്ഗങ്ങൾ.

സ്വപ്നവും ജീവിതവും:- സ്വപ്നങ്ങളെക്കുറിച്ച് ഒരു കവിത ഡയറിയിൽ കുറിച്ചുവച്ചിട്ടാണ് ഞാൻ ജെ ജെയുടെ സ്വപ്നങ്ങളിലൂടെ കടന്നുപോയത്. നിങ്ങൾ ഒന്നോർത്തുനോക്കൂ, ഒരാളുടെ സ്വപ്നത്തിലൂടെ മറ്റൊരാൾ നടന്നുപോകുന്നത്! ഒരാൾ കാണുന്ന സ്വപ്നങ്ങളെന്തെന്ന് മറ്റൊരാൾ മറഞ്ഞുനിന്ന് കണ്ടുപിടിക്കുന്നത് ഒക്കെ. യാഥാർത്ഥ്യത്തിനും സങ്കല്പത്തിനുമിടയ്ക്കുള്ള രേഖ ചില നേരങ്ങളിൽ നേർത്ത് ഇല്ലാതെയാകുമ്പോൾ മനുഷ്യപഥങ്ങളും വിപുലമാകുന്നു.

ഒന്നാം സ്വപ്നം:- ഇങ്ങനെയൊരു തലക്കെട്ട് ശരിയാകില്ലെന്നെനിക്കറിയാം. ഒരാളുടെ ഒന്നാമത്തെ സ്വപ്നം അയാൾ എന്നേ മറന്നുപോയിട്ടുണ്ടാകും. ഒരാൾ ഉണർവ്വിലും ഉറക്കത്തിലും എത്രയോ സ്വപ്നങ്ങളിലൂടെ കടന്നുപോയിട്ടുണ്ടാകും. ഒരു പുരുഷന്റെ പേരും ഒന്നാമത്തെ സ്വപ്നം എന്നും വായിക്കുമ്പോൾ അതൊരു പെണ്ണിനെക്കുറിച്ചാകും എന്ന സാധാരണ ചിന്തയും വേണ്ട. ഇത് ഞാനയാളെ കണ്ടതിനു ശേഷം മറഞ്ഞുനിന്ന് കണ്ടെടുത്ത ചിലതാണ്. അത് അറ്റവും മുറിയുമില്ലാത്ത ഒരു പാട്ടായിരുന്നു. അതിമനോഹരമായ ഈരടി. അതിന്റെ സ്വരമാധുര്യം മോഹിപ്പിക്കുന്നതുമായിരുന്നു. പാട്ടിന്റെ ഓർമ്മ ഉള്ളിനെ മധുരിപ്പിച്ചും നൊമ്പരപ്പെടുത്തിയുമിരുന്നു. അതിനാൽ അയാളെപ്പോഴും ആ പാട്ട് ഓർത്തെടുക്കാൻ ശ്രമിച്ചു. ഉള്ളിലൂടെ ഒരു ഈണം മൃദുവായി കടന്നുപോയി. ഉള്ളുപാടുന്ന വരികൾ കണ്ടെടുക്കാൻ കഴിയാത്ത ദുസ്സഹമായ ഒരുതരം വിവശത അയാളെ പിന്തുടർന്നു. മറക്കാൻ ശ്രമിക്കുന്നതുപോലെ ദുഷ്കരമാണ് ഓർക്കാൻ ശ്രമിക്കുന്നതും.

രണ്ടാമത്തെ സ്വപ്നം:- പിന്നീട് അയാളുടെ സ്വപ്നത്തിലേക്ക് വന്നത് വലിയ ഒരു പേടകമാണ്. തടിയിൽ പണികഴിപ്പിച്ച അത്ര ഭംഗിയൊന്നുമില്ലാത്ത പേടകം. ഈ പേടകം കൊണ്ട് തനിക്കുള്ള പ്രയോജനമെന്തെന്ന് അയാൾ വെറുതെ ചിന്തിച്ചു.

എനിക്കുതോന്നുന്നത് ഒരുപക്ഷേ, ഇത്തരം സ്വപ്നങ്ങൾ ഒരാളുടെ തനിച്ചാകലുകളെ നിറയ്ക്കുന്നതിനുള്ള മനസ്സിന്റെ ഉപാധിയാകാം. നിരുപദ്രവമായ ചില ആത്മയാത്രകൾ. ഒരാൾക്ക് ഉള്ളുകൊണ്ട് ഇഷ്ടമുള്ള വഴിയേ ഒക്കെ സഞ്ചരിക്കാൻ എളുപ്പമായതുകൊണ്ട് ജെ ജെ പെട്ടക

സ്വപ്നത്തെ എന്തുചെയ്യുന്നു എന്ന് ഞാൻ തിരഞ്ഞു.

അയാൾ ആദ്യം വിചാരിച്ചത് പെട്ടകത്തിലേക്ക് ആണും പെണ്ണുമായ ജീവജാലങ്ങളെ നിക്ഷേപിക്കാം എന്നാണ്. ബൈബിളിലെ അറിവ് ആ സ്വപ്നത്തിന് ബലം പകരുന്നു എന്ന് നിങ്ങൾക്ക് മനസ്സിലായിട്ടുണ്ടാകും. തന്നിൽ നിക്ഷേപിക്കപ്പെട്ട അസാദ്ധ്യമായ ഏറ്റെടുക്കലായി കരുതി അയാൾ ഖിന്നനായി. അയാൾക്ക് പാമ്പിനെയും, പഴുതാരയെയും, ആട്ടാമ്പുഴുവിനെയുമൊക്കെ അറപ്പായിരുന്നു. മീനുകളെ ശേഖരിച്ചുവയ്ക്കാൻ ഒരു ചെറുകടലെങ്കിലും പെട്ടകത്തിൽ ഒരുക്കിവയ്ക്കേണ്ടെ എന്ന ചിന്തയും അസ്വസ്ഥപ്പെടുത്തി. ഏല്പിക്കപ്പെട്ട മഹാദൗത്യത്തിന്റെ വലിപ്പത്തിൽ അമ്പരന്ന്, ദൈവം എന്നും നോഹ എന്നും പിറുപിറുത്തുകൊണ്ട്, നഷ്ടപ്പെട്ട പാട്ടിന്റെ ഈരടികൾ ഓർത്തെടുക്കാൻ ശ്രമിച്ച് അയാൾ പേരമരത്തിന്റെ ചുവട്ടിലിരുന്നു.

മൂന്നാം സ്വപ്നം:- അപ്പോഴേക്കും അയാളുടെ മുന്നിൽ ഒരു മൊബൈൽ ഫോൺ പറന്നു വീണു. പഴക്കം ചെന്ന ഒന്നായിരുന്നു അത്. അതിൽ ഒരു സന്ദേശം അയാളെ കാത്തു. ഒരുപക്ഷേ, അയാൾക്ക് ലഭിക്കുന്ന ആദ്യ സന്ദേശം. എന്റെ സ്നേഹം ഒഴുകിത്തീരാറായി എന്നായിരുന്നു ആ വാക്യം. ആരാണ് അതയച്ചത് എന്ന് അയാൾക്ക് അറിയുമായിരുന്നില്ല. അപരിചിതമായ ആ നമ്പറിനെ വെറും അക്കങ്ങളെയെന്നപോലെ അയാൾ മിഴിച്ചുനോക്കി. അത് വായിച്ചപ്പോൾ അയാൾക്ക് സങ്കടവും നിരാശയും തോന്നി. അയാൾ ഉള്ളിലേക്കു നോക്കി വെറുതെയിരുന്നു. സ്വപ്നമാണോ യാഥാർത്ഥ്യമാണോ എന്നറിയാതെ.

ഒഴുകിത്തീരാൻപോകുന്ന നദിയുടെ ഒരറ്റമാണ് താനെന്ന് പൊടുന്നനെ അയാളറിഞ്ഞു. ഓരോ നദിയും ഓരോ സ്വപ്നത്തെയാണ് വഹിക്കുന്നതെന്നും. വളരെക്കാലത്തിനുമുമ്പ് അയാൾക്ക് ഒരു മൊബൈൽ-ഫോൺ സ്വന്തമായി ഉണ്ടായിരുന്നു. കൃത്യമായി പറഞ്ഞാൽ ഒരു സ്വകാര്യ സ്ഥാപനത്തിലെ സ്വീപ്പർ കം അറ്റൻഡർ ജോലിയിൽനിന്ന് പിരിയുന്നതുവരെ. അന്നു രാത്രി ഇനി ആരെയാണ് വല്യപ്പച്ചന് വിളിക്കാനുള്ളതെന്ന് പറഞ്ഞ് ചെറുമകൻ മൊബൈൽ സ്വന്തമാക്കി. തനിക്കുള്ള ചെറിയ ആർഭാടം ചെറുമകനെ സന്തോഷിപ്പിക്കുന്നത് അയാൾക്കും ഇഷ്ടമായി. പിന്നീട് ചെറുമകൻ എപ്പോഴും മൊബൈലിൽ തന്നെ മുഖം പൂഴ്ത്തിയിരിക്കാൻ തുടങ്ങി. കുറെനാൾ കഴിഞ്ഞ് ഒരു തർക്കത്തിനും കലാപത്തിനുമൊടുവിൽ മകനും കുടുംബവും അവരുടെ ഓഹരിവിറ്റ് മറ്റെവിടേക്കോ പോയി. അങ്ങനെ കാലശേഷം എന്ന വാക്കിൽ കുരുങ്ങിയ മൂന്നു സെന്റുസ്ഥലവും അതിലെ ചെറുവീടും അയാളും ബാക്കിയായി.

നാലാം സ്വപ്നം:- ഒരു ദിവസം രാത്രി ആരോ തന്റെ പേരുവിളിക്കുന്നതു കേട്ടാണ് അയാൾ ഞെട്ടിയുണർന്നത്. അതും ഇനിഷ്യൽ ചേർത്ത്. സ്വന്തം പേരിൽ ആരെങ്കിലും അയാളെ സംബോധന ചെയ്തിട്ട് വർഷങ്ങളായി. പണ്ട് സ്കൂളിൽ ടീച്ചർ ഹാജർ വിളിക്കുമ്പോൾ മാത്രമാ

യിരുന്നു അയാൾ തന്റെ ഇനിഷ്യൽ ചേർത്ത പേര് കേട്ടിരുന്നത്. കെ ജോസഫ് ജോസഫ് എന്നായിരുന്നു മുഴുവൻ പേര്. ഒരു പേരിന്റെ ഇരട്ടിഭാരം വൃഥാ ചുമക്കുന്ന അയാൾ സഹപാഠികൾക്ക് ഒരു തമാശ യായിരുന്നു. പിന്നീടു പലപല വട്ടപ്പേരുകളിൽ ഒതുങ്ങിപ്പോയി. ചെറുപ്പ ത്തിലേ സ്വന്തം പേരു നഷ്ടമായതിലെ വേദന നിസ്സംഗതയോടെ അയാൾ ശിരസ്സാവഹിച്ചു. പിന്നീട് ഒരു പുതുമയ്ക്കായി ജെ ജെ എന്നൊക്കെ പരിഷ്കരിച്ചെങ്കിലും അത് നാട്ടുകാർക്ക് യേ യെ എന്നായിപ്പോയി. പിന്നെ പ്പിന്നെ അയാളെ പ്രത്യേകിച്ചൊരു പേരു ചേർത്ത് ആരും വിളിക്കാതായി. അങ്ങനെ അയാളും സ്വന്തം പേരു മറന്നു.

അതിനാൽ വളരെക്കാലങ്ങൾക്കുശേഷം സ്വന്തം പേര് മറ്റാരോ ഉച്ച രിക്കുന്നതു കേട്ടപ്പോൾ ഉള്ളിൽനിന്ന് കട്ടിയുള്ള പുറം തോടുപോലൊരു വസ്തു ഇളകിപ്പോകുന്നതും അതിൽനിന്ന് ജോസഫ് ജോസഫ് പുനർജ്ജനിച്ചു വരുന്നതുപോലൊരു കിടുങ്ങൽ ഉള്ളിൽ തിളച്ചു മറിഞ്ഞു. വളരെ പരിചിതമായ പുരുഷസ്വരമായിരുന്നു അതെന്നത് അയാളെ ജിജ്ഞാസുവാക്കി. എത്ര ശ്രമിച്ചിട്ടും അത് ആരുടെ സ്വരമാണെന്ന് തിരി ച്ചറിയാൻ അയാൾക്ക് കഴിഞ്ഞില്ല.

ഒച്ചകളെ ഓർത്തെടുക്കുന്ന പണി അയാളെ വല്ലാതെ വിഷമിപ്പിച്ചു. പാതാളത്തിന്റെ ആഴങ്ങളിൽ നിന്ന് അതുവരെ കേട്ടയൊന്നിനെ അല്പം മുമ്പെന്നപോലെ ഓർമ്മിച്ചെടുക്കുക എത്ര ക്ലേശകരമാണെന്ന് അയാള റിഞ്ഞു.

അഞ്ചാം സ്വപ്നം അഥവാ സ്വപ്നമല്ലായ്മ :- ഇതേവരെ കണ്ടു കൂട്ടിയ എല്ലാ സ്വപ്നങ്ങളെയും ആദ്യം മുതൽ ഓർത്തെടുക്കാൻ ശ്രമിച്ച് ഒരു ചെറുകലം നിറയെ കട്ടൻചായയുമായി അയാൾ ഉമ്മറത്ത് കുത്തി യിരുന്നു. മധുരം ചേർക്കാത്ത കടുപ്പം കൂടിയ കട്ടൻചായ കറുത്ത കഷായം പോലെ തോന്നിച്ചു.

ജീവിതത്തിന് ചിലപ്പോഴൊക്കെ രുചി പകരുന്നത് കഷായങ്ങളാ ണെന്ന നനഞ്ഞ ചിരി അയാളുടെ കറുത്തുവരണ്ട ചുണ്ടിൽ പടർന്നു.

മറവിയുടെ കടലുകൾ തീരങ്ങളിലേക്ക് ആഞ്ഞടിക്കുന്നതും വീടു കൾ കടപുഴകുന്നതും പുകമഞ്ഞിലെന്നപോലെ അയാൾ കണ്ടു. സ്വപ്നവും ജീവിതവും ഒരു ശൂന്യപാത്രത്തിലേതുപോലെ ഇടയ്ക്കിടെ അപ്രത്യക്ഷമാകുന്നു. തന്റെ വീട്ടിലേക്ക് രൗദ്രത്തിരമാലകൾ പാഞ്ഞടു ക്കുന്നുണ്ടെന്ന് അയാൾക്ക് തോന്നി. അതിനാൽ അയാൾ വീടിനുമുന്നിലെ ചെറുവഴിയിലേക്കിറങ്ങിനിന്ന് അതിനെ ഉറ്റുനോക്കി.

എത്ര രഹസ്യയാത്രകൾ ചെയ്താലും കണ്ടെടുക്കപ്പെടാനാകാത്ത നിഗൂഢതകൾ നിറഞ്ഞതാണ് മനുഷ്യമനസ്സെന്ന് അയാൾ കടൽവഴിയിൽ കുറിച്ചിട്ടു. എത്ര കടലേറ്റങ്ങളിൽ താണുപോയാലും എത്രകാലം കഴിഞ്ഞ് കുഴിച്ചെടുക്കുമ്പോഴും വീടിന്റെ ഓർമ്മകൾ അതേപടിയുണ്ടാകുമെന്ന് അയാൾ പിറുപിറുത്തു. ഒരു വീടും ഓർമ്മകളെ പൂർണ്ണമായി ഉപേ ക്ഷിക്കാറില്ല.

അയാൾ കൊണ്ടുവരുന്ന വസ്തുക്കൾ സൂക്ഷിച്ചുവച്ചതും, വെയിലും മഴയുമേല്ക്കാതെ അവരെ നോക്കിവളർത്തിയതും, അയാളുടെ ദേഷ്യവും സങ്കടവും സ്നേഹവും നിശ്ശബ്ദമായി ഏറ്റുവാങ്ങിയതും ആ ചെറുഭവനമായിരുന്നു. ഒരു വീട് മൗനമായി നെഞ്ചേറ്റുന്നതും നല്കുന്നതും എന്തൊക്കെയാണെന്ന് പലപ്പോഴും നമ്മൾ അറിയുന്നതേയില്ല. ഇപ്പോൾ താൻ ഇറങ്ങിപ്പോകണമെന്നു വിചാരിക്കുമ്പോഴും വീട് തന്റെ ആഗ്രഹത്തിനെ സ്വീകരിക്കുന്നു എന്ന് അയാൾ അറിഞ്ഞു എല്ലാ അനിഷ്ടങ്ങളെയും വീട് അനുവദിച്ചു തരുന്നു. തന്റേതായ ഒരു ആഗ്രഹവും അത് മുന്നോട്ടു വയ്ക്കുന്നുമില്ല.

അയാൾക്ക് ഒന്നു കണ്ണാടി നോക്കണമെന്ന് തോന്നി. കാലങ്ങളായി ഉണ്ടാകാതിരുന്ന ആഗ്രഹം ഇപ്പോൾ എവിടന്നു പൊട്ടിമുളച്ചു എന്ന് ഒരുവേള ചിന്തിച്ചു. അയാൾ അവിടെയെല്ലാം തിരഞ്ഞ് നടന്ന് വീടിന്റെ പിൻപുറത്തുനിന്ന് ഒരു ചെറുകണ്ണാടി കണ്ടുപിടിച്ചു. അത് പണ്ടെന്നോ മകൻ ഷേവ് ചെയ്യാൻ വേണ്ടി തൂക്കിയിട്ടിരുന്നതാണ്. അതിന്റെ നടുവിലൂടെ പൊട്ടിയ പാട് വീണുമിരുന്നു. വെയിലും മഴയുമേറ്റ് പൂപ്പൽ പിടിച്ചുമിരുന്നു. നനഞ്ഞ തുണികൊണ്ട് തുടച്ചുതുടച്ച് അത് കുറെ മിനുപ്പിച്ചു. എന്നിട്ട് വെട്ടത്തേക്ക് കൊണ്ടുവന്ന് മുഖം നോക്കി.

തന്റെ പ്രതിബിംബം കണ്ട് അയാൾക്ക് ശരിക്കും കരച്ചിൽ വന്നു. ഇതാണോ ജോസഫ് ജോസഫ്! കണ്ണുകൾ കുഴിയിലാണ്ട, ചുണ്ടുകൾ വരണ്ടു വെടിച്ചുപോയ, തോളെല്ലുകൾ പൊങ്ങിയ , നഖങ്ങൾക്കിടയിൽ അഴുക്കുനിറഞ്ഞ, മുടിയും താടിയും നീണ്ടു വളർന്നു മനുഷ്യരൂപമെന്നു തോന്നാത്ത ഒരാൾ? ഇതു തന്നെയാണോ താൻ? അയാൾക്ക് വിശ്വസിക്കാനായില്ല.

പെട്ടെന്ന് അയാൾക്ക് തുമ്മൽ വന്നു. നിർത്താതെ നാലഞ്ച് തുമ്മലുകൾ പുറത്തുചാടി.

മൂക്കിൽനിന്ന് ഉമിനീരുപോലത്തെ ദ്രാവകമൊഴുകി. ആയാസത്തിൽ നെഞ്ചിലൊരു മുറുക്കമുണ്ടായി. അയാൾ പക്ഷേ, നെഞ്ചു തിരുമ്മാനൊന്നും പോയില്ല.

ആരും വിളിക്കാതെ, കഴിഞ്ഞ ദിവസം അശരീരി പോലെ കേട്ട സ്വന്തം പേര് രൂപത്തിനു ചേരാത്ത സ്വൈരമില്ലായ്മയായി പൊതിഞ്ഞു. അതിനാൽ അയാൾ കണ്ണാടി നിലത്തുവച്ച് ജോസഫ് ജോസഫിൽ നിന്ന് പേരില്ലാമനുഷ്യനിലേക്കുള്ള പരിണാമത്തിന്റെ അറുപത്തിയേഴ് വർഷങ്ങൾ തിരഞ്ഞു.

നീണ്ട നിശ്ശബ്ദകാലങ്ങൾ ഒരു മനുഷ്യനെ ഏകാന്തതയിലേക്കും പേരില്ലായ്മയിലേക്കും നയിക്കുമെന്നും വീടുപോലും അതേറ്റുവാങ്ങുമെന്നും അയാളറിഞ്ഞു.

അയാൾ സ്നേഹാതിരേകത്തോടെ തന്റെ വീടിനെ നോക്കി. ഓടുപാകിയ ആ ചെറുഭവനം കാടുപിടിച്ച് കരിയിലകൾ നിറഞ്ഞ് വനാന്തരത്തിലെ ധ്യാനസന്ന്യാസിയെപ്പോലെ തോന്നിച്ചു. ഗ്രാമച്ചെരിവിലെ ഒറ്റ

പ്പെട്ട വീട് അയാളെപ്പോലെതന്നെ തിരസ്കൃതമായിരുന്നു.

അത്രകാലവും തന്റെ സ്വപ്നത്തിലും ജീവിതത്തിലും ഏകാന്ത സഹചാരിയായിരുന്ന വീടിനെ അയാൾ അണിയിച്ചൊരുക്കാൻ തുടങ്ങി. മുറ്റത്തെ കളകൾ പറിച്ചുകളഞ്ഞു. വളർന്നു പൊന്തിയ കുറ്റിച്ചെടികൾ വെട്ടിമാറ്റി തീയിട്ടു. കരിയിലകൾ വകഞ്ഞു കൂട്ടി. ചെറുകമ്പുകൾ കൂട്ടി ക്കെട്ടി ചൂലുപോലെയാക്കി മുറ്റം തൂത്തു വൃത്തിയാക്കി. വീട് അടിച്ചു വാരി. ഏറെ കാലത്തിനുശേഷം ആയാസപ്പെട്ട ജോലി ചെയ്ത് അയാൾ കിതച്ചു. കലത്തിലെ കറുത്ത ചായ ഇടയ്ക്കിടെ കുടിച്ച് ക്ഷീണമകറ്റി, പിന്നെ മുടിയും താടിയും ചെളി നിറഞ്ഞ കൈയിലെയും കാലിലെയും നഖങ്ങളും പിച്ചാത്തികൊണ്ട് മുറിച്ചുകളഞ്ഞു.

ഏറെക്കാലത്തിനുശേഷം അയാൾക്ക് ഒന്നു കുളിക്കണമെന്നു തോന്നി. ഒരു പുഴവന്നു പൊതിയുമ്പോലൊരു തോന്നൽ അയാളെ തണു പ്പിച്ചു. ഒരു മഴവന്നിരുന്നെങ്കിൽ എന്നൊരു പതിവില്ലാതോന്നലും വന്നു നനച്ചു. ആരും നടക്കാതെ കാടുപിടിച്ചുപോയ നടപ്പാതയിലിറങ്ങിനിന്ന് അയാൾ തന്റെ വീടിനെ കണ്ണിമയ്ക്കാതെ നോക്കി. എത്രയോ കാല ത്തിനുശേഷം വീട് ഒരുങ്ങി നില്ക്കുന്നു. അതിന്റെ മുഖത്ത് സന്തോഷം നിറഞ്ഞിരിക്കുന്നു.

ഒരു മഴവില്ല് ഭൂമിയിലേക്കിറങ്ങിവന്നതുപോലെ വീട് പുഞ്ചിരിച്ചു നിന്നു. ഒട്ടേറെ മഴവില്ലുകൾ ഒരുമിച്ചുവന്ന് തലങ്ങും വിലങ്ങുംനിന്ന് വീടിനെ പൊതിഞ്ഞ് മഴവിൽക്കൂടാരം തീർത്തു. അതിന്റെ മുന്നിൽ ഒരു നക്ഷത്ര വിളക്ക് തൂക്കാൻ അയാൾ ആഗ്രഹിച്ചു. ക്രിസ്മസ് കാലത്തിലെ എന്ന പോലെ. അയാൾ ആകാശത്തേക്ക് മിഴികൾപായിച്ചു.

അയാൾക്ക് കുറച്ചു ലോട്ടറി ടിക്കറ്റുകൾ വാങ്ങണമെന്നു തോന്നി. ഏതോ മറവിയുടെ ആഴങ്ങൾ പിന്നിട്ട് അത്തരമൊരു ഭാഗ്യ തോന്നൽ എങ്ങനെയുണ്ടായി എന്നറിയാതെ അയാൾ കവലയിലേക്കുള്ള വഴികൾ കണ്ടെടുക്കാൻ ശ്രമിച്ചു.

ഒരു കാലത്ത് അയാൾക്ക് ആകെയുണ്ടായിരുന്ന ദുശ്ശീലം ലോട്ടറി ടിക്കറ്റുകൾ എടുക്കുക എന്നതായിരുന്നു. കുറെയേറെ ടിക്കറ്റുകൾ വാങ്ങി ആർക്കെങ്കിലുമൊക്കെ വെറുതെ കൊടുക്കും. താൻ മദ്യപിക്കുകയോ പുകവലിക്കുകയോ ചെയ്യുന്നില്ല എന്നും ആ പണം ഇങ്ങനെ ചെലവാ ക്കുന്നത് ഒരു നല്ലകാര്യമല്ലേ എന്നും അയാൾ തന്റെ പ്രവൃത്തിയെ ന്യായീകരിച്ചു. എന്നിലൂടെ മറ്റുള്ളവർക്ക് ഭാഗ്യം ലഭിക്കട്ടെ. അയാൾ ചിരിച്ചു. ആർക്കെങ്കിലും ഭാഗ്യം ലഭിക്കുന്നതിൽ അയാൾ സന്തുഷ്ടനു മായിരുന്നു. എങ്കിലും അയാൾക്ക് ഒരിക്കൽ പോലും ചെറുതുക ലഭിച്ചില്ല. അതേക്കുറിച്ച് അയാൾ വ്യാകുലപ്പെട്ടില്ല.

അയാൾ പടികടന്ന് അകത്തേക്കു കടന്നു. ഒരു ചെറിയ കുട്ടി അപ്പാ എന്നു വിളിച്ച് അയാൾക്കരികിലേക്ക് ഓടിവന്നു. കള്ളിക്കയിലിയും ചട്ട യുമണിഞ്ഞ് കൈയിൽ കട്ടൻചായയുമായി കത്രീനാമ്മ ഉമ്മറപ്പടിയി ലേക്കിറങ്ങി വന്നു. വീടിന്റെ പിന്നിലെ ചിമ്മിനിയിൽ നിന്ന് പുക ഉയർന്നു.

കോഴികൾ കൊത്തിപ്പെറുക്കി, തൊഴുത്തിൽനിന്ന് പശുവിന്റെ അമറൽ കേട്ടു. അടുക്കളത്തോട്ടത്തിൽ പയറും പാവലും പടർന്നു പന്തലിച്ചു നിന്നു.

വേലിപ്പടർപ്പിൽ കോവൽവള്ളികൾ കായ്ച്ചുനിന്നു. പൂച്ചെടികളും പൊട്ടിച്ചിരികളുംകൊണ്ട് വീട് സന്തോഷത്താൽ അലംകൃതമായി. നോക്കി നില്ക്കെ ഒരു ഇരുട്ടുവന്നു. അത് അവിടെയെല്ലാം കറുപ്പിച്ച് ദൂരെ ദൂരെ സെമിത്തേരിയുടെ ഒരറ്റത്ത് ചുരുങ്ങിക്കൂടി. കാലിപ്പെട്ടിയിൽ രണ്ടു തോട മാത്രം ബാക്കിയായി.

ഓർമ്മയുടെ മിന്നലുകളിൽനിന്നും എല്ലാറ്റിനെയും പെറുക്കി മറവിയുടെ കാലിപ്പെട്ടിയിൽ അയാൾ നിക്ഷേപിക്കാൻ ശ്രമിച്ചു. ഏകാന്തതകളിലും സ്വപ്നങ്ങളിലുംനിന്ന് ആനന്ദം പോലെ എന്തോ ഒന്ന് ഉള്ളിൽ തൊട്ടു. തന്റെ ശുഷ്കിച്ച ശരീരത്തെ സ്പർശിച്ചുകൊണ്ട് ഇളംകാറ്റ് കടന്നു പോകുമ്പോലത്തെ അനുഭവത്തിൽ അയാൾ വളരെ നേരം നിന്നു.

പിന്നെ വീടിനു ചുറ്റും നടന്നു. ഉണർവ്വും മങ്ങലും ഇണചേർന്ന വിചിത്ര രൂപങ്ങളിലൂടെ കിതച്ചും തപിച്ചും നീങ്ങി.

അയാൾ വീടിന്റെ വാതിലുകളും ജനാലകളും അടയ്ക്കുകയും തുറക്കുകയും ചെയ്തു. എത്രയോ കാലങ്ങളായി അതിന്റെ വാതിൽ തുറന്നു തന്നെ കിടക്കുകയായിരുന്നു. രാത്രിയും പകലും എല്ലാം. ഇപ്പോൾ വീട് തനിക്കുതന്നെ സുരക്ഷിതത്വം ആഗ്രഹിക്കുന്നതുപോലെ.

വീടിനകത്തുകൂടി പുതുമണമുള്ള കാറ്റ് പാറി നടന്നു. വിജാഗിരികൾ സംഗീതമുതിർത്തു.

നിലാവ് വീടിനു മീതെ പരന്നൊഴുകി. അത്ര ഭംഗിയുള്ള വീടിനെ അയാൾ മുമ്പ് അനുഭവിച്ചിട്ടില്ലായിരുന്നു.

കലത്തിൽ ബാക്കിയായ കട്ടൻചായ അയാൾ കുടിച്ചു തീർത്തു. കാറ്റ് ആഞ്ഞുവീശി. ജനൽ പാളികൾ ഒച്ചയോടെ ചേർന്നടഞ്ഞു. ഒച്ചയിരമ്പങ്ങളിൽ വീട് ആഘോഷം കൊണ്ടു.

"ഉറങ്ങുന്നില്ലേ?" അകത്തുനിന്ന് കത്രീനാമ്മയുടെ വിളിയൊച്ച കേട്ടു.

"ദാ വരുന്നു." അയാൾ നനഞ്ഞ തോർത്ത് പിഴിഞ്ഞ് ഒന്നുകൂടി മുഖവും ശിരസ്സും തുടച്ചു.

കാറ്റിലും തണുപ്പിലും ഒരിക്കലും ഉണ്ടാകാത്ത വിധം അയാൾക്ക് കുളിരു കോരി.

ആകാശം നിറയെ നക്ഷത്രങ്ങൾ. രാപ്പൂക്കളുടെ മണം. രാക്കിളികളുടെ ഒച്ച.

അയാൾ വീട്ടിനുള്ളിലേക്കു കയറി.

മുൻ വാതിൽ അടച്ചു.

വീട് പുതിയ കിടക്കയൊരുക്കി കാത്തിരുന്നു.

കിടപ്പുമുറിയിൽ തറനിരപ്പിൽ നിന്നും ഏറെ താഴ്ചയിൽ ഒരാൾക്ക് മാത്രം കിടക്കാവുന്ന പുതിയ കിടക്കയിൽ അയാൾ കിടന്നു. മണ്ണിന്റെ

പ്രാചീനമായ ഉറക്കുപാട്ട് കാതിൽ നിറഞ്ഞു.

സ്വപ്നങ്ങളും ഓർമ്മകളും ഖേദങ്ങളും ഒഴിഞ്ഞ് ഉള്ള് ആകാശം പോലെ പ്രശാന്തമായി. അയാൾക്ക് തണുക്കാൻ തുടങ്ങി. പാദത്തിനുമിതെ, നെഞ്ചിനുമീതെ ശിരസ്സിനുമീതെ മൺപുതപ്പ് ഒരു കരിമ്പടമെന്ന പോലെ പുതച്ച് ഏറെനാളുകൾക്ക് ശേഷം ശാന്തമായി ഗാഢമായി ഉറങ്ങി.

വീട് അയാൾ കാണാതെ വാതിൽ തുറന്നിട്ടു.

കാണാത്ത വാതിലിലൂടെ കാണാത്ത ഒരാൾ കാടുപിടിച്ച വഴിയിലൂടെ നടന്ന് ഇരുളിനെ തൊട്ടു.

പിൻകുറിപ്പ്: കുറച്ച് ദിവസങ്ങൾക്കുശേഷം അനിയുടെ ഫോൺ വന്നു. നമ്മുടെ യേ യെ പോയി. കൊന്നതാണോ ചത്തതാണോയെന്നറിയില്ല. അച്ചോവിക്ക് പണിയായി. താൻ വന്നാൽ നേരിട്ടുകാണാം. അച്ചോവിയെക്കുറിച്ച് എന്തോ എഴുതണമെന്ന് പറഞ്ഞതല്ലേ.

ടെഡി ബിയർ

ടെഡിബിയറിനെ കാണാൻ നല്ല രസമായിരുന്നു.

പഞ്ഞിദേഹം. ഉരുണ്ട ഞാവൽക്കണ്ണുകൾ. കുഞ്ഞിച്ചെവികൾ. ചീർത്ത കവിളുകൾ.

തടിച്ചു കൊഴുത്ത്

ആകപ്പാടെ ഓമനത്തം തോന്നും.

അതിനെക്കണ്ടാൽ ആർക്കായാലും എടുത്തോണ്ടു നടക്കാൻ തോന്നും.

നിവർന്നു നില്ക്കുമ്പോഴോ, ഒരു കുഞ്ഞിമല പോലെ!

ചിരിക്കുമ്പോഴാണ് അതിലേറെ ചന്തം

കുഞ്ഞരിപ്പല്ലുകൾ, പൂച്ചപ്പല്ലുകൾ.

ഇടതുവശത്തെ നാലാമത്തെ പല്ല് ഇത്തിരി ഉള്ളിലേക്ക് ഒളിച്ചു കളിക്കുന്നുമുണ്ട്.

വർത്തമാനമാണേലോ

കീകൊടുക്കുന്നപോലെ

തുടങ്ങിയാൽ പിന്നെ നിർത്തലേയില്ല.

ഞാനാണേലോ

ഇത്തിരിപ്പോന്ന ഒന്ന്

ടെഡിബിയറിന്റെ പിന്നിലൊളിച്ചാൽ ആരും എന്നെ കാണുകേമില്ല.

അതിനെ കുറെ മുന്നെ കിട്ടിയാരുന്നെങ്കിൽ ഒളിച്ചുകളിക്കുമ്പം എല്ലാരേം തോല്പിക്കാമായിരുന്നു.

ഇപ്പോ പിന്നെ ഒളിച്ചുകളിക്കാനൊന്നും അത്ര ഇഷ്ടോമില്ല. ഞാൻ വലുതായില്ലേ.

എന്നാലും അതിനെ നോക്കീട്ട് എന്നെ നോക്കുമ്പം എനിക്കാകെ

സങ്കടമാകും.

ശരിക്കു ഭക്ഷണം കഴിക്കാത്തേന്റെ ഒരു കുറവ് എന്റെ മേത്തു കാണാം.

എപ്പഴും അമ്മ വഴക്കുപറയാറുണ്ടായിരുന്നു. നിറച്ചുകഴിക്കാൻ പറഞ്ഞ്. ഞാനാണേൽ പാലും കുടിക്കില്ല മുട്ടേം കഴിക്കില്ല. ഒന്നും കഴിക്കില്ല.

ഇപ്പോ ഈ ടെഡി ബിയറിന്റെ അടുത്തുനില്ക്കുമ്പം വല്ലാത്ത നാണം തോന്നുന്നു.

അതിന്റെ ഒരു കൈയുടെ വണ്ണം പോലുമില്ല എനിക്ക്.

ഇനി നല്ലോണം കഴിക്കണം.

അപ്പോ ഞാനും ഒരു കൊച്ചു ടെഡിബിയറിയാകും.

എന്നിട്ട് ടെഡിബിയറനും ബിയറിയുംകൂടി കാട്ടിലൂടെയൊക്കെ കുലുങ്ങി കുലുങ്ങി പോകുമെന്നേ.

ചെലപ്പം തേൻകൂടുപൊട്ടിച്ച് തേൻകുടിച്ച് മത്തുപിടിച്ച് നടക്കും

ഓർത്തപ്പോതന്നെ എന്തു രസം.

ഞാൻ ചെലപ്പം അതിനെ നുള്ളുകേം പിച്ചുകേമൊക്കെ ചെയ്യും. അതിനൊന്നു നോവുകപോലുമില്ല.

അത്രയ്ക്കുണ്ടല്ലോ തടി

അറിയാല്ലോ എനിക്കാണേൽ വണ്ണം മാത്രമല്ല പൊക്കോം തീരെ പോര.

ഒരു ദിവസം ഞാനതിനോട് ചേർന്നുനിന്നതാണെന്നേ. അന്നേരം അതിന്റെ വയറിന്റെ ഇത്തിരി മേൽ വരേയുള്ളു ഞാൻ.

എനിക്കങ്ങു സങ്കടമായിപ്പോയി.

ഇനിയിപ്പോ ഞാനെങ്ങനെയാ കുറച്ചൂടി പൊക്കം വയ്ക്കുക

പണ്ട് അമ്മ എനിക്ക് കോംപ്ലാൻ തന്നിട്ടില്ല. അതാ പൊക്കം കുറഞ്ഞു പോയത്. അമ്മ തന്നേനെ. പക്ഷേ, മുത്തശ്ശി സമ്മതിക്കില്ല. അവര് പഴയ ആളാ. ഇനി കഴിച്ചാൽ പൊക്കം വയ്ക്കുമോ എന്തോ?

എന്നാ എന്റെ വിഷമം ഒന്നും അതിനറിയേണ്ട.

അത് എപ്പോഴും ചിരിച്ചോണ്ടിരിക്കും.

കിലുകിലാ മിണ്ടിക്കോണ്ടിരിക്കും.

ചെലപ്പം ഞാൻ വിചാരിക്കും

അതെന്നെ ഒന്ന് എടുത്തിരുന്നേലെന്ന്

അതിന് പറ്റും. ഈസിയായി.

എന്നാലും എടുത്തിട്ടൊന്നുമില്ല കേട്ടോ.

അത് എവിടേലും ഇരിക്കുന്നത് കാണാൻ നല്ല രസമാ.

ഉടുപ്പൊക്കെ ഇറുകിപ്പിടിക്കും.

പുറത്തൊക്കെ ഞൊറിവുകൾ വരും

കൊച്ചു കൊച്ചു പടികൾ പോലെ.

അന്നേരം വിചാരിക്കും ആ പടിയൊക്കെ കയറി പോണമെന്ന്.

എന്നിട്ട് മലയുടെ ഉച്ചിയിൽ എത്തണം.
അവിടെനിന്ന് ആകാശം തൊടണം.
അതിനൊരു വല്യ വയറുണ്ട്.
അതിന്മേലൊരു കൊച്ചു പൊക്കിളും.
നല്ല ഭംഗിയാ കാണാൻ
ഞാൻ എങ്ങനെയാന്നറിയാമോ അതുകണ്ടെ?
ഒരൂസം അതൊരു ഷർട്ടാ ഇട്ടോണ്ടു വന്നെ.
അന്നേരം അത് ഇറുകിപ്പിടിച്ച് വയറിന്റവിടൊക്കെ തുറന്നിരുന്നു.
അതിലൂടെ കണ്ടതാ.
കണ്ടപ്പം വിരലിട്ടൊരു തോണ്ടുവച്ചുകൊടുക്കാൻ തോന്നി.
പിന്നെ വേണ്ടെന്നു വച്ചു.
അതിനെങ്ങാനും ഇക്കിളിയായാലോ.
പിന്നാ വല്യവയറും വച്ച് കുലുങ്ങിച്ചിരിക്കും.
ചിരിച്ചാ പെട്ടെന്ന് നിർത്തത്തുമില്ല.
അതോണ്ട് വേണ്ടെന്ന് വച്ചു.
അന്നേരമാ ഞാനോർത്തെ
അതിനെയൊന്നു കെട്ടിപ്പിടിച്ചാലോയെന്ന്
എന്റമ്മേ!
ഒരിക്കലും പറ്റത്തില്ല.

ഞാനതിന്റെ വയറേ ചാരി നിന്ന് രണ്ടു കൈയും എത്ര വിടർത്തി വലിച്ചുനീട്ടിയാലും എങ്ങും എത്തത്തില്ല.

എന്റെ റോസേച്ചി ഏട്ടനെ കെട്ടിപ്പിടിക്കുന്നത് ഒരൂസം കണ്ടതാ. അവരടെ മുറീടെ അതുവഴി നടന്നപ്പഴാ കണ്ടത്.

റോസേച്ചി എന്നെപ്പോലല്ല. നല്ല ശക്തീണ്ട്. എന്നിട്ടും ആ ഏട്ടന് ഒട്ടും നൊന്തില്ല. ഏട്ടൻ തിരിച്ചങ്ങ് കെട്ടിപ്പിടിച്ചു. ശ്ശൊ. ഞാൻ പിന്നെ കാണാനൊന്നും നിന്നില്ല. എനിക്കങ്ങു നാണമായിപ്പോയി.

ഒരൂസം ആ ഏട്ടന്റെ കൈയ്ക്കാത്ത് ഞാനും പെട്ടുപോയി. അന്ന് ഏട്ടത്തി വീട്ടിലില്ലായിരുന്നു. മുത്തശ്ശി പറഞ്ഞു ചായ കൊണ്ടുകൊടുക്കാൻ. എന്റെ ചുണ്ടെല്ലാം ഏട്ടൻ വായിൽ വച്ച് ചവച്ചുതിന്നു. അതോണ്ട് എനിക്കൊന്ന് ഒച്ചവെക്കാൻ പോലും പറ്റീല.

ഏട്ടന്റെ ഉമിനീരിന് സിഗരറ്റിന്റെ രുചിയായിരുന്നു. എനിക്കത് ഇഷ്ടായി.

എന്നാലും ഞാനിങ്ങ് ഓടിപ്പോരുന്നു. ആരേലുമറിഞ്ഞാൽ പുകിലാവില്ലേ.

റോസ എന്റെ മൂത്ത ചേച്ചിയാണല്ലോ.

അതിൽ പിന്നെ എനിക്ക് ഏട്ടനോട് വല്യ ഇഷ്ടായി. റോസേച്ചിയോട് ഇത്തിരി കുശുമ്പും.

പിന്നേം ആരും കാണാതെ ഏട്ടൻ ചോദിക്കുമായിരുന്നു സിഗരറ്റ് മുട്ടായി വേണോന്ന്.

മധുരം എനിക്കിഷ്ടമാണല്ലോ.

കൊറേനാളുകഴിഞ്ഞപ്പം ചേട്ടൻ ചേച്ചിയേംകൊണ്ട് അവരുടെ ജോലിസ്ഥലത്തേക്കുപോയി.

അങ്ങനെ ഞാനാകെ ബോറടിച്ചിരിക്കുവാരുന്നു.

അപ്പഴാ ഈ ടെഡി ബിയറിനെ കിട്ടിയത്.

ആദ്യം വിചാരിച്ചു അതെന്റെ ചുണ്ടെങ്ങാനും വായിലാക്കുമോ എന്ന്.

അതൊന്നും ചെയ്യത്തില്ല. പാവമാ.

ഞാനെന്തോ ചെയ്താലും ചിരിച്ചോണ്ടിരിക്കത്തേയുള്ളൂ.

ആകെ ഒരു പേടിയേ ഉള്ളൂ.

അതെന്നെയെങ്ങാനും തിന്നുമോ എന്ന്.

പൊണ്ണത്തടിയല്ലേ

വലിയ വയറല്ലേ

ഭയങ്കര വെശപ്പല്ലേ

വെശപ്പു മൂക്കുമ്പം ചെലപ്പം എന്നെ പിടിച്ചു തിന്നുവാരിക്കും.

അതോണ്ട് അതിനെ കാണുമ്പം ആദ്യം ഞാൻ വയറേലോട്ടേ നോക്കത്തൊള്ളൂ.

വെശന്ന് ഒട്ടിയെങ്ങാനും ഇരിക്കുവാണോന്ന്

എന്നാലും ഞാൻ ചോദിക്കും

വയറു നെറച്ചു വല്ലോം കഴിച്ചോ എന്ന്.

ടെഡിബിയറിന് ഒത്തിരി പാട്ടറിയാം

എന്നെ പാടികേൾപ്പിക്കും.

നല്ല ശബ്ദമാ.

ആ തടിയൻ കഴുത്തിനകത്തൂടെ, ഞൊറിയിട്ട താടിക്കുന്നു കടന്ന് എങ്ങനെയാണാവോ ഇത്രേം നല്ല ഒച്ച വരുക?

പിന്നെ കൊറേ കഥേം അറിയാം.

എല്ലാം ആഹാരക്കഥകളാ.

ഞാൻ തിന്നിട്ടും കേട്ടിട്ടുമില്ലാത്ത എന്തോരം സാധനങ്ങളാ അത് തിന്നിട്ടൊള്ളതെന്നോ.

കേക്കുമ്പം കൊതിയാവും.

എനിക്കും അതെല്ലാം വാങ്ങിത്തരാംന്ന് പറഞ്ഞിട്ടൊണ്ട്.

ഞാനും തിന്നുതിന്ന് തടിവയ്ക്കാം എന്നു പറഞ്ഞു.

അന്നേരം അതു പറയുവാ വേണ്ടെന്ന്.

അതിനു മെല്ലിപ്പൂച്ചേയാ ഇഷ്ടോന്ന്.

ശ്ശൊ, ഞാനതു പറഞ്ഞില്ല, എന്നെയത് അങ്ങനാ വിളിക്കുന്നെ.

മെല്ലിപ്പൂച്ചേന്ന്.

ഞാനതിന് ആഹാരമൊക്കെ വച്ചുണ്ടാക്കിക്കൊടുക്കണോന്ന്.

ഇപ്പഴല്ല.

പിന്നെ!

കേട്ടപ്പം എനിക്കങ്ങു നാണം വന്നു പോയി.

പിന്നെ അങ്കലാപ്പായി.

എന്തോരം വച്ചുണ്ടാക്കണം

ഹോട്ടലിലത്തെ പോലെ

വീട്ടിലാണേ മുത്തശ്ശി എന്നെ അടുക്കളയിൽ കയറാൻ സമ്മതിക്കില്ല.

അമ്മ വഴക്കു പറയും.

അത്യാവശ്യം പട്ടിണികൂടാതെ കഴിയണോങ്കി തന്നത്താൻ വച്ചുണ്ടാക്കാൻ പഠിച്ചാലേ പറ്റൂ എന്നും പറയും. കുടുംബമായിട്ട് കഴിയാനൊള്ളതാണെന്ന് പോലും. അടുക്കളപ്പണിക്ക് ആരേം കിട്ടാത്ത കാലമാണെന്ന്.

മുത്തശ്ശി അമ്മയ്ക്ക് നല്ല വഴക്കുകൊടുക്കും.

ഞാൻ വീട്ടിലെ എളേ കൊച്ചാണേ.

മുത്തശ്ശിക്ക് എന്നെ ഒരുക്കിക്കോണ്ട് നടക്കുന്നതാ ഇഷ്ടം.

ഞാൻ പഠിച്ച് നല്ല ജോലി വാങ്ങിച്ചാ മതിയത്രെ, കെട്ടിക്കോണ്ട് പോന്നവൻ വേണോങ്കി വച്ചുതരട്ടെ എന്നാ പറയുന്നെ.

ഈ ടെഡി പറയുന്നതെങ്ങാനും മുത്തശ്ശി കേട്ടാൽ നല്ല ആട്ടു വച്ചുകൊടുക്കും.

മുത്തശ്ശീടെ ആട്ടിനു നല്ല ശക്തിയാ. ടെഡീടെ വണ്ണോം പൊണ്ണോമൊന്നും മുത്തശ്ശിക്കു പേടീണ്ടാവില്ല.

മുത്തശ്ശി പണ്ട് ചെറുപ്പമാരുന്ന കാലത്ത് കൊറേപ്പേരെ ആട്ടിയോടിച്ച കഥയൊക്കെ പറഞ്ഞുതന്നിട്ടൊണ്ട്.

വയസ്സായപ്പോ പറമ്പില് കക്കാൻ വരണോരേം ജോലിക്കാരേം എല്ലാരേം വരച്ച വരേ നിർത്തും.

എന്തിനു പറയുന്നു. അച്ഛനുപോലും മുത്തശ്ശീന്നു വച്ചാ പേടിയാ. പക്ഷേ, എനിക്കു മാത്രം ഒരു പേടീല്ല.

ഞാൻ മുത്തശ്ശീടെ പുന്നാരയാ.

എന്നാലും

എങ്ങനെ ഞാൻ ആ ടെഡിയെ ഊട്ടും.

പണിയെടുത്ത് എന്റെ നടുവൊടിയും.

കൊറച്ചെങ്ങാനും ഒണ്ടാക്കിയാ മതിയാരുന്നെങ്കി കുഴപ്പമില്ലായിരുന്നു.

ഇതങ്ങനെയാണോ

കൈ വേദനയാന്നു പറയാം.

അമ്മയങ്ങനാ.

വീട്ടിൽ കുറെ വിരുന്നുകാരു വരുന്നു എന്നു കേൾക്കുമ്പഴേ അമ്മയ്ക്കു കൈവേദന വരും. എന്നിട്ട് പുത്തൻ സാരിയൊക്കെ ഉടുത്ത് ഒരുങ്ങി നില്ക്കും.

അച്ഛൻ ഊറിച്ചിരിച്ചിട്ട് പണിക്കാരത്തികളെ വിളിക്കാൻ പറയും. അതല്ലേൽ ഹോട്ടലീന്ന് കൊറെ വിഭവങ്ങൾ വരുത്തിക്കും.

ഒരൂസം ഞാൻ ടെഡീടെ അടുത്തിരുന്ന് അതിന്റെ കൈയൊക്കെ എന്റെ കൈയിൽ വച്ച് കളിക്കുവാരുന്നു. നല്ല പഞ്ഞിക്കൈ. ഞാൻ വിരലമർത്തുമ്പം കുഴിഞ്ഞുപോവും. വിരലുകളാണേ ഉരുണ്ട് ഇഡ്ഡലിപോലെയാ എനിക്കങ്ങ് തിന്നാൻ തോന്നിപ്പോയി. ഞാൻ ഓരോ വിരലും വായിലെടുത്തുവച്ച് കടിച്ചുകടിച്ച് പല്ലിന്റെ പാടു വീഴ്ത്തി രസിച്ചു. എന്നിട്ട് അതിന്റെ കൈയിലെ രോമമൊക്കെ കടിച്ചു വലിച്ചു.

അതിന് നൊന്തെന്നാ ഞാൻ വിചാരിച്ചെ

എന്നാ അത് അനങ്ങിയതൊന്നുമില്ല.

ഞാൻ പതുക്കെ മുഖം തിരിച്ച് അതിനെ നോക്കി.

അപ്പൊഴുണ്ടല്ലോ അതിന്റെ കണ്ണുകൾ തിളങ്ങുന്നു.

റോസേച്ചീടെ ചേട്ടന്റെ കണ്ണുകളെപ്പോലെ.

അതെന്റെ കൈയീപ്പിടിച്ചു.

ഞാനതിന്റെ പഞ്ഞിക്കയ്ക്കകത്ത് ചൂടുപിടിച്ച് ഒതുങ്ങിയിരുന്നു.

അന്നേരം വിചാരിച്ചു, അതെന്നെ ഒന്നു മടീലിരുത്തിയെങ്കിലെന്ന്. അപ്പോ അതിന്റെ പ്ലം പ്ലം കവിളുകൾ കിള്ളി നീട്ടാമായിരുന്നു.

പക്ഷേ, അതിന്റെ കണ്ണുകൾ!

എനിക്കൊരു നാണമൊക്കെ തോന്നിപ്പോയി. എന്താണാവോ ഇങ്ങനെ

അതെന്നെ പതുക്കെയൊന്ന് വയറോടു ചേർത്തു.

അപ്പം ഞാനും ഒന്നു കെട്ടിപ്പിടിച്ചു.

എവിടെയെത്താൻ

ഞാനതിന്റെ ഞൊറികളിലൊക്കെ അള്ളിപ്പിടിച്ചോണ്ടു നിന്നു.

പിടിച്ചാലും പിടിച്ചാലും തീരത്തില്ലെന്നേ.

അതൊണ്ടല്ലോ... ശ്ശൊ, ഞാനെങ്ങനാ പറയുന്നേ?

എന്നെ പൊക്കിയെടുത്ത് അതിന്റെ മുഖത്തോടു ചേർത്ത് ഒറ്റയുമ്മ വച്ചുതന്നു.

താഴെയിറക്കാൻ പറയാനൊന്നും ഞാൻ പോയില്ല.

അതിന്റെ ഞൊറിയൻ കഴുത്തിലൂടെ കൈയിട്ട് ചുറ്റിപ്പിടിച്ചു.

എന്നിട്ട് തിരിച്ചുമ്മ കൊടുത്തു.

എന്തോരം കവിളാണെന്നേ?

ഉമ്മ കൊടുത്താ തീരത്തില്ല.

അതിന്റെ കഴുത്തിലാവുമ്പം ചുറ്റിപ്പിടിച്ചാ എത്തും.

ഞാൻ മുറുകെപ്പിടിച്ചിരുന്നു.

എപ്പഴും എന്നെ ഇതേപോലെ എടുത്തുപൊക്കണമെന്നില്ലല്ലോ.

അതു മാത്രോമല്ല

ആ പഞ്ഞിക്കവിളിൽ ഉമ്മ വയ്ക്കാൻ നല്ല സുഖമാ.

അതിനു നല്ല മീശേമൊണ്ട്. പഞ്ഞി മീശയാ.

അതുകൊണ്ട് എന്റെ വെള്ളാരം മുഖമൊക്കെ ചുവന്നു. എന്നാലും ഒട്ടും നൊന്തില്ല.

മുഖം ചുവന്നത് എങ്ങനാന്ന് മുത്തശ്ശി ചോദിച്ചാ എന്തേലും കടിച്ച് ചൊറിഞ്ഞതാണെന്ന് പറയണമെന്ന് ടെഡിയുടെ കൈയിലിരുന്നുകൊണ്ട് ഞാനോർത്തു. എന്നിട്ട് പിന്നേം പിന്നേം ഉമ്മ വച്ചു.

അതിന് മീശ വേണ്ടേന്ന് പറയണം. അപ്പോ പിന്നെ മുഖം ചുവക്കാതെ ഇഷ്ടംപോലെ ഉമ്മ കൊടുക്കാല്ലോ. കൊറെ കഴിഞ്ഞ് ഞാൻ ടെഡി ബിയറിന്റെ മുഖത്തുനോക്കുമ്പോഴുണ്ടല്ലോ അതിന്റെ ചുണ്ട് ചെറുകെ മുറിഞ്ഞ് പാടുവീണിരിക്കുന്നു. കഴുത്തിൽ പോറൽ വീണിട്ടുണ്ട്. മുടിയാകെ അലങ്കോലപ്പെട്ടുമിരിക്കുന്നു.

മെല്ലിപ്പൂച്ചയ്ക്ക് ഇത്രേം ശക്തിയോ

അതിന്റെയൊരു ചിരി കാണണം.

ഹൊ! ഞാൻ നാണിച്ച് അതിന്റെ വയറ്റിൽ മുഖമൊളിപ്പിച്ചു.

അന്നേരം ഷർട്ടിന്റെ എടേക്കൂടെ പൊക്കിളുകണ്ടു. അതേലോട്ടു തൊടാമെന്നു വച്ചതാണ്. പിന്നെ വേണ്ടാന്നുവച്ചു.

അത് എന്തു വിചാരിക്കും.

ഒന്ന് എടുത്തുയർത്തി കുറേ ഉമ്മ വച്ചപ്പോഴേക്കും വേണ്ടാത്ത ഇടത്തൊക്കെ ഞാൻ തൊടുന്നു എന്ന് പരാതി പറഞ്ഞാലോ.

എനിക്കതിന്റെ ഉടുപ്പൊക്കെ ഊരിക്കളയാനാ തോന്നിയേ.

ഉടുപ്പിന്റെ പുറത്തൂടെ ഞാനതിന്റെ വയറ്റത്ത് കുറേ കടിവച്ചു കൊടുത്തു കേട്ടോ.

നൊന്തിട്ടാണോ എന്തോ അതിന്റെ കണ്ണുനെറയുന്ന കണ്ടു.

അന്ന് ഐസ്ക്രീം തിന്നപ്പോഴുണ്ടല്ലോ അതിന്റെ പങ്കുകൂടി എനിക്കുതന്നു.

ഞാനതു തിന്നെങ്കിലും പിന്നെ പറഞ്ഞു ഞാൻ പോയിട്ട് കുറേ ഐസ്ക്രീം വാങ്ങിക്കഴിച്ചോണേന്ന്.

അത് മെലിഞ്ഞാ ഒട്ടും കൊള്ളൂല

പിന്നെ ഉമ്മ വയ്ക്കാൻ ഒരു രസോമില്ല.

കുറച്ചൂസം കഴിഞ്ഞപ്പോ അത് വീട്ടി വന്നു. എന്നെ കല്യാണം കഴിക്കാൻ. എനിക്കങ്ങു സന്തോഷമായി.

അന്നേരം എനിക്കതിനെ എപ്പഴും ഉമ്മ വയ്ക്കാലോ.

അതിന്റെ ഉടുപ്പൂരിക്കളഞ്ഞ് ദേഹത്തുകൂടി ഓടിക്കളിക്കാലോ

പൊന്തൻ ഞൊറിവുകളിലൂടെ ചവിട്ടിക്കളിക്കാലോ.

എന്നാ അമ്മ അച്ഛനോട് പറയുവാ

അതിനെ കണ്ടിട്ട് പേടിയാവുന്നൂന്ന്.

അതിന്റെ ചെറുവിരലോളം വരില്ല ഞാനെന്ന്.

ആൾക്കാരു കണ്ടാ എന്തു പറയുമെന്ന്.

അച്ഛനും അതു ശരിവച്ചു.

മുത്തശ്ശീം ശരിവച്ചു.

അതാ ആകെ സങ്കടമായത്.

മുത്തശ്ശിയോടു പറഞ്ഞ് സമ്മതിപ്പിക്കാമെന്നാ കരുതിയത്

മുത്തശ്ശി പറയുവാ അത് എന്റെ പുറത്തങ്ങാനും വീണാൽ ഞാൻ ചത്തുപോകുമെന്ന്

അത് എന്റെ പുറത്തു വീഴില്ലെന്നും എന്നെ എടുത്തു പൊക്കത്തേയുള്ളുവെന്നും ഞാനെങ്ങനാ മുത്തശ്ശിയോടു പറയുന്നേ. മോശമല്ലേ.

പക്ഷേ, ഒരു കാര്യമൊണ്ട്

ആരും സമ്മതിച്ചില്ലെങ്കി ഞാൻ അതിനേംകൊണ്ട് ഒളിച്ചോടും.

എനിക്ക് ഒളിക്കാൻ എളുപ്പവാ

അതിന്റെ പിറകി ചെറുതായൊന്നു മറഞ്ഞുനിന്നാ മതി.

എന്നാ അതിന് ഓടാൻ പറ്റുമോ എന്തോ? ഈ വണ്ണോം വച്ചോണ്ട്.

ആവോ? ആർക്കറിയാം.

ഡോ. ചിത്രഗുപ്തൻ

സൂചീമുഖൻ എന്ന യുവാവിനുണ്ടായ അസ്തിത്വദുഃഖം പരിഹരിച്ചതിനുശേഷമാണ് അയാളുടെ മുഖം ക്ഷൗരം ചെയ്യണമെന്ന് മാനസികോല്ലാസത്തിൽ ഒരു പേജുനിറയെ ബിരുദങ്ങളുള്ള ഡോ. ചിത്രഗുപ്തൻ നിർദ്ദേശിച്ചത്.

സൂചീമുഖൻ തന്റെ എണ്ണക്കറുപ്പുള്ള താടിയും മീശയും കാലാകാലങ്ങളായി വളർത്തിക്കൊണ്ടുവരികയായിരുന്നു. കൃത്യമായി പറഞ്ഞാൽ അങ്ങനെയൊന്നു കിളിർക്കാൻ തുടങ്ങിയകാലം മുതൽ. ഒരു യുവാവിന്, അതും നല്ല ശ്രോത്തുള്ള താടിയും മീശയും ഉള്ള യുവാവിന് അത് വളർത്തുന്നതും പരിരക്ഷിക്കുന്നതും തന്റെ അവകാശമാണ്. അതിൽ കൈവയ്ക്കുന്നത് ആത്മാഭിമാനത്തിനു ക്ഷതം സംഭവിക്കുംപോലെയാണ്.

അസ്തിത്വദു:ഖം ആർക്കും ഉണ്ടാകാം. ഏതു പ്രായത്തിലും. അതിന് കുറച്ചു ചിന്തകൾ വേണം. ജീവിതത്തെക്കുറിച്ചുള്ള കാഴ്ചപ്പാടുകൾ വേണം. എല്ലാറ്റിലുമുപരി 'മായ'യുടെ അടിസ്ഥാന തത്ത്വങ്ങൾ അറിഞ്ഞിരിക്കുകയും അതിനെക്കുറിച്ചുള്ള ചിന്തകളിൽ തലപുകയ്ക്കുകയും വേണം.

പക്ഷേ, ഇതൊന്നുമില്ലാതെതന്നെ അസ്തിത്വദു:ഖം ഉണ്ടാകാം. അത് എങ്ങനെ വരും എന്ന് ഡോ. ചിത്രഗുപ്തനെപ്പോലെയുള്ളവർക്കേ അറിയാവൂ.

ഇനി സൂചീമുഖന്റെ മുഖത്തെപ്പറ്റി. അയാളുടെ മുഖത്തെ സ്ട്രൈക്കിങ്ങായിട്ടുള്ള ഭാഗം പുരികങ്ങളാണ്. കറുത്ത് ഇടതൂർന്ന പുരികം. സാമുദ്രിക ശാസ്ത്രപ്രകാരം പണ്ഡിതരും ഭാഗ്യശാലികളുമാണിവർ. പക്ഷേ, അസ്തിത്വദു;ഖം ബാധിച്ചവർക്ക് ഇതു ബാധകമാണോ എന്നറിയില്ല.

നടുക്കുയർന്ന നാസികയും നീൾമിഴികളും അയാളെ പ്രത്യേക കോണുകളിലൂടെ വീക്ഷിക്കുവാൻ പ്രേരിപ്പിക്കുന്നു. കൂടാതെ കറുത്ത് ഇടതൂർന്നതാടിയും, സംസാരിക്കുമ്പോൾ ചലിക്കുന്ന കണ്ഠമുഴയും. എന്തൊക്കെയായാലും അയാളുടെ ഭാഷണങ്ങൾ, ചിന്താശകലങ്ങൾ തികച്ചും സത്യങ്ങളായിരുന്നു എന്ന് ഡോ. ചിത്രഗുപ്തനറിഞ്ഞു. ഇത്തരം ചിന്തകൾ ഇക്കാലത്ത് മാനസികോല്ലാസത്തിനേ ഉതകൂ എന്നതുകൊണ്ട് ഡോ. ചിത്രഗുപ്തന് അവയെ നിർമ്മമമായി തള്ളിക്കളയേണ്ടി വന്നു. അതിന് അദ്ദേഹത്തിന് താൻ വാങ്ങിക്കൂട്ടിയ ഒരു പേജു വരുന്ന ബിരുദങ്ങൾ ഒട്ടൊന്നുമല്ല സഹായിച്ചത്.

ഡോ. ചിത്രഗുപ്തൻ വളരെയധികം തിരക്കുള്ള ഒരു മനോരോഗ വിദഗ്ദ്ധനാണ്. ഇക്കാലത്ത് ഏറ്റവും തിരക്കുള്ളതും ഈ വക ഡോക്ടർമാർക്കാണല്ലോ. കുടുംബ ബന്ധങ്ങളിലെ അസ്ഥിരത, സാമ്പത്തിക കാര്യങ്ങളിലെ വീക്ഷണമില്ലായ്മ, ഭരണരംഗത്തെ അപക്വത മുതലായവകൊണ്ട് അസംതൃപ്തമായ ഒരു സമൂഹത്തിൽ മാനസിക പ്രശ്നങ്ങൾ ജലദോഷം പോലെയാണ്. അതുകൊണ്ട് തങ്ങളെപ്പോലെയുള്ളവരുടെ സേവനം ഓരോ ജങ്ഷനിലും ലഭ്യമാക്കണം എന്ന അഭിപ്രായക്കാരനാണ് ഡോ. ചിത്രഗുപ്തൻ.

ഡോക്ടറുടെ ഉത്തമ സ്നേഹിതരിൽ ഒരാളാണ് അഡ്വ. ബിനോയ് വർഗ്ഗീസ്. ഗരുഡനാസികയുള്ള ഒരു പൊക്കക്കാരൻ. അദ്ദേഹം ഒരിക്കൽ ഡോ. ചിത്രഗുപ്തനോടു പറഞ്ഞത്, "ഞങ്ങളുടെ അടുത്താണ് ഏറ്റവും കൂടുതൽ ജലദോഷക്കാർ വരാറുള്ളത്. എന്നാൽ ഞങ്ങളത് ചിക്കുൻഗുനിയയാക്കി മാറ്റും."

"എന്നാൽ പിന്നെ തന്റെ ഓഫീസിന്റെ ഒരറ്റത്ത് ഞാനും കൂടി ഇരുന്നോട്ടെ എന്ന് ചോദിക്കാനാണ് ചിത്രഗുപ്തന് തോന്നിയത്. ബിനോയ് വർഗ്ഗീസ് അല്പം മുൻകോപിയായതിനാൽ വേണ്ടെന്നു വച്ചു.

ബിനോയ്വർഗ്ഗീസ് രസകരമായ ഒരു സംഭവം ഡോക്ടറെ കേൾപ്പിച്ചു. ആസിഡ്ബൾബുകൾ എറിഞ്ഞുകളിക്കാൻ തല്പരനായ അദ്ദേഹത്തിന്റെ കക്ഷി ഒരിക്കൽ പറഞ്ഞുവത്രേ 'സാറിന് ഏതെങ്കിലും ശത്രുക്കളുണ്ടെങ്കിൽ പറഞ്ഞാൽ മതി ഞാനവരെ ആസിഡ് ബൾബ് എറിഞ്ഞ് ശരിയാക്കിക്കൊള്ളാം ജയിലൊന്നും എനിക്കൊരു പ്രശ്നമല്ല എന്ന്. തന്റെ വിരോധികളോടാണ് ആദ്യകാലത്ത് അവനങ്ങനെ ചെയ്തിരുന്നതെങ്കിൽ ഇപ്പോൾ സ്നേഹം തോന്നുന്നവർക്കുവേണ്ടി പ്രതിഫലം പറ്റാതെ സഹായം ചെയ്തു കൊടുക്കാനുള്ള സൻമനസ്സും ഉണ്ടായിത്തുടങ്ങി.

അതിനാൽ ഡോ. ചിത്രഗുപ്തൻ ആസിഡ് ബൾബുകൾ സമൂഹത്തിൽ ഉണ്ടാക്കുന്ന പൊള്ളലുകളെക്കുറിച്ച് *മന:ശാസ്ത്രം* മാസികയിൽ ഒരു ലേഖനം എഴുതി ആശ്വസിച്ചു.

തുളച്ചുകടക്കുന്ന നോട്ടത്തിന്റെ ഉടമയാണ് ഡോ. ചിത്രഗുപ്തൻ. ഏതാണ്ട് ആദ്യനോട്ടത്തിൽത്തന്നെ രോഗിയുടെ വിവരങ്ങൾ അയാൾ

ചോർത്തിയെടുക്കും. അതിനുശേഷം ആ വ്യക്തിയും താനും തമ്മിൽ എത്രമാത്രം ബന്ധമുണ്ടെന്ന് കണ്ടുപിടിക്കും. വിസ്മയകരമായ വസ്തുത രോഗിയായി വരുന്നയാളിന്റെ തൊണ്ണൂറ്റഞ്ചു ശതമാനം സകല പ്രശ്നങ്ങളും തനിക്കും ഉണ്ടെന്ന് ഡോക്ടർ കണ്ടെത്തിയിട്ടുണ്ട്. ബാക്കി അഞ്ചു ശതമാനംവച്ച് തന്റെ ഒരു പേജുവരുന്ന ഡിഗ്രികളുടെ ബലത്തിൽ ഓവർകം ചെയ്യുകയാണ് പതിവ്.

പക്ഷേ, സൂചീമുഖന്റെ കാര്യം അങ്ങനെയല്ല. അയാളുടെ പ്രശ്നങ്ങൾ കേട്ടപ്പോൾ അത് താനും വളരെക്കാലമായി ചുമന്നുനടക്കുന്നതാണല്ലോ എന്നാണ് ഡോക്ടർക്ക് തോന്നിയത്. പിന്നെ താൻ ഒരു ഡോക്ടർ ആയതുകൊണ്ട് ഇത്തരം പ്രശ്നങ്ങളെ അവധാനതയോടെ നേരിടണമെന്നും.

"ഡോക്ടർ എനിക്ക് ആത്മാവുണ്ട്, സൂചീമുഖൻ അസന്ദിഗ്ദ്ധമായി പറഞ്ഞു. ഇതുപോലുള്ള എത്ര ആത്മാക്കളെ താൻ കണ്ടിരിക്കുന്നു എന്ന മട്ടിൽ ഡോക്ടർ അത് ശരിവച്ചു.

സൂചീമുഖന് അത് അത്രയ്ക്കങ്ങോട്ട് വിശ്വാസമായില്ല. അയാൾ ഡോക്ടർക്ക് ആത്മാവിനെ പരിചയപ്പെടുത്തിക്കൊടുത്തു.

"സർ, ഇത് നാം സിനിമയിൽ കാണുംപോലത്തെ ഒന്നല്ല. കണ്ണാടിയിൽ പ്രത്യക്ഷപ്പെട്ട് കറുത്ത വസ്ത്രം ധരിച്ച് തിന്മ പറഞ്ഞുകൊടുക്കുകയും വെളുത്തവസ്ത്രം ധരിച്ച് നന്മ പറഞ്ഞുകൊടുക്കുകയും ചെയ്യുന്ന ഒന്നല്ല. ഇതുപിന്നെ എന്താണു ഞാൻ പറയേണ്ടത്?... ഇത്... ഒരാത്മാവാണ്!"

"നിങ്ങൾ പറയൂ. എനിക്ക് ആത്മാക്കളിൽ വിശ്വാസമുണ്ട്." ഡോക്ടർ പ്രോത്സാഹിപ്പിച്ചു.

സൂചീമുഖൻ തുടർന്നു. "ആത്മാവ് എന്നോടു പിണങ്ങി വലത്തോട്ടു തിരിഞ്ഞ് മൂന്നാമത്തെ ഇടവഴിയേ പോകും. അതിന് ദേഷ്യംവരുമ്പോഴൊക്കെ അങ്ങനെയാണ്. പാടില്ലെന്ന് എങ്ങനെ പറയാൻ പറ്റും? ആത്മാവല്ലേ..?"

'വഴിചെന്നു നില്ക്കുന്നത് വസുന്ധരാവർമ്മയുടെ മാളികയുടെ മുന്നിലാണ്. മഞ്ഞച്ചുമരുകളും ചുവന്നജനാലകളും വാതിലുകളുമുള്ള മാളിക. അതിനൊരു ഗേറ്റുണ്ട്. അവൾക്കതൊന്ന് അടച്ചിട്ടുകൂടെ? നാശം. അവൾ അതങ്ങനെ എപ്പോഴും തുറന്നിട്ടുകൊണ്ട് ആത്മാവിനെ ഇപ്പോൾ ആവാഹിച്ചുകളയും എന്ന മട്ടിൽ ചുവന്ന വാതിൽ തുറന്നിട്ടുകൊണ്ട് ഒരു നില്പാണ്! കത്തുന്ന ചിരിയുമായി. അതിലിപ്പോൾ ഏതാത്മാവായാലും ഒന്നു കത്തിപ്പോകും!"

തനിക്കങ്ങനെ ഒരു ആത്മാവില്ലാതെ പോയല്ലോ എന്നോർത്ത് ഡോക്ടർക്ക് സത്യമായും ഖേദം തോന്നി. ചുവന്ന വാതിലും കത്തുന്ന ആത്മാവും അദ്ദേഹത്തിന്റെ നെഞ്ച് നീറ്റി. ബാക്കി കേൾക്കാൻ അയാൾ കാതുകൂർപ്പിച്ചു.

"പല പ്രാവശ്യം എന്റെ ആത്മാവ് ആ ഗേറ്റിങ്കൽ ചെന്നു നീറിപ്പു

കഞ്ഞു തിരിച്ചു പോന്നതാണ്. പക്ഷേ, ഒരിക്കൽ തുറന്നിട്ട ഗേറ്റിങ്കലൂടെ ആത്മാവ് അകത്തുകടന്നു. ചുവന്ന വാതിലുകൾക്കപ്പുറം വസുന്ധരാ വർമ്മ ഒരു സ്ത്രീയേയല്ല. അതൊരു ഹിംസ്രജീവിണിയാണ്.!"

ജീവിണി എന്നപ്രയോഗം ഡോക്ടർക്കല്പം രസിച്ചു. താനൊരു ഡോക്ടറാണെന്നതു മറന്ന് അദ്ദേഹം മനസ്സുകൊണ്ട് മൂന്നാമത്തെ ഇട വഴി താണ്ടാൻ തുടങ്ങി.

"ഞാനൊരാണല്ലേ ഡോക്ടർ...... ഞാൻ വേണ്ടേ അവളെ........ പക്ഷേ, എനിക്കൊരു സാവകാശം കിട്ടുംമുമ്പ്..... ചിന്തിക്കാൻ തുടങ്ങും മുമ്പ് അവൾ എന്നെ ഡൈനിങ് ടേബിളിലേക്കു വലിച്ചെറിഞ്ഞു. അവ ളുടെ പല്ലുകളുടെ മൂർച്ചയോ നഖങ്ങളുടെ താഴ്ചയോ, രോമവേരുക ളുടെ മുറുക്കങ്ങളോ ഞാനറിഞ്ഞില്ല. അവൾ അടിത്തട്ടുകാണാനാകാത്ത ചുഴിയാണെന്നുമാത്രം തിരിച്ചറിഞ്ഞു. ഒടുവിൽ ക്ഷീണിച്ചവശനായ ഞാൻ തൊണ്ടവറ്റി ഇത്തിരി വെള്ളം ചോദിച്ചപ്പോൾ കത്തുന്ന പൊട്ടിച്ചി രിയോടെ അവളെന്നെ ആട്ടിപുറത്താക്കി......."

"എന്റെ ഡോക്ടർ....." സൂചീമുഖൻ വിലപിച്ചു. "എനിക്കിപ്പോൾ ആത്മാവില്ല.!"

പക്ഷേ, ഡോ. ചിത്രഗുപ്തൻ അതൊന്നും ശ്രദ്ധിച്ചതേയില്ല. അദ്ദേ ഹത്തിന്റെ മനസ്സുനിറയെ ചുവന്ന വാതിലും കത്തുന്ന ചിരിയുമായിരുന്നു.

"നിങ്ങൾ പോയ വലത്തോട്ടുള്ള വഴിയെവിടെയാണ്?" സഹികെട്ട് ഡോക്ടർ ചോദിച്ചു.

"വേണ്ട ഡോക്ടർ, അങ്ങേയ്ക്കും ആത്മാവിനെ നഷ്ടപ്പെടും."

എത്ര നിർബ്ബന്ധിച്ചിട്ടും വാതിലിലേക്കുള്ള വഴി സൂചീമുഖൻ പറഞ്ഞുകൊടുത്തില്ല.

"നിങ്ങളുടെ ആത്മാവിനെ തിരികെ കൊണ്ടുവരുന്നതിന് അതറി യേണ്ടത് ആവശ്യമാണ്," ഡോക്ടർ അവസാനത്തെ അടവും പരീ ക്ഷിച്ചു.

ആത്മാവില്ലാത്ത ആളിന് ഒരു ആത്മാവിനെ നല്കുക അത്ര പ്രയാ സമുള്ള കാര്യമല്ല. അതും ലക്ഷോപലക്ഷം ആത്മാവുകൾ ഇങ്ങനെ അലഞ്ഞുതിരിഞ്ഞു നടക്കുന്ന ഇക്കാലത്ത്. അത്തരം പണികൾ ഡോക് ടർ ചിത്രഗുപ്തനെ സംബന്ധിച്ച് ഒരു മാനസികോല്ലാസമായിരുന്നു. എങ്കിലും സ്വന്തം മാനസികോല്ലാസത്തിന് വഴികൾ വിലങ്ങുതടിയാകു ന്നത് ഡോക്ടറുടെ ഉറക്കം കെടുത്തി. ചുവന്ന വാതിൽ സ്വപ്നം കണ്ട് അയാൾ ഞെട്ടിയുണർന്നു. കത്തുന്ന ചിരിയുടെ ചൂടിൽ പുകഞ്ഞു വെന്തു. തീൻമേശയും ആഴച്ചുഴിയും അയാളുടെ വിശപ്പുകൂട്ടി. കത്തുന്ന വിശപ്പോടെ വഴിതേടി അയാൾ ഉച്ചവെയിലിലേക്കിറങ്ങി.

9 789387 842335

Printed by Libri Plureos GmbH in Hamburg,
Germany